വാബി സാബി

വാബി സാബി

അപൂർണ്ണതയുടെ ജ്ഞാനം

നബൂവോ സുസുക്കി

ആമുഖം : ഹെക്തർ ഗാർസിയ

(ഇക്കിഗായ് : ആഹ്ലാദകരമായ ദീർഘായുസ്സിന് ഒരു ജാപ്പനീസ് രഹസ്യത്തിന്റെ സഹരചയിതാവ്)

വിവർത്തനം : നിതാന്ത് എൽ രാജ്

MANJUL

മഞ്ജുൾ പബ്ലിഷിങ് ഹൗസ്

First published in India by

MANJUL

Manjul Publishing House
Corporate and Editorial Office
•2nd Floor, Usha Preet Complex, 42 Malviya Nagar, Bhopal 462 003 – India

Sales and Marketing Office
•C-16, Sector 3, Noida, Uttar Pradesh 201301 – India
Website: www.manjulindia.com

Distribution Centres
Ahmedabad, Bengaluru, Chennai, Hyderabad,
Kochi, Kolkata, Mumbai, New Delhi, Pune

Translation rights arranged by Sandra Bruna Agencia Literaria, SL

Malayalam Translation of *Wabi Sabi: The Wisdom in Imperfection*
by Nobuo Suzuki

This edition first published in 2025

ISBN 978-93-5543-976-5

Translation by Nithanth.L.Raj

Printed and bound in India by Thomson Press (India) Ltd.

ഉള്ളടക്കം

*“നേർ രേഖകൾ മനുഷ്യനുമായി ബന്ധപ്പെട്ടതാണ്,
വളഞ്ഞവ ഈശ്വരനുമായും.”*

—ആന്റോണിയോ ഗൗഡി

മുഖവുര

വാബി സാബി-യെക്കുറിച്ച് ആദ്യമായി കേട്ടത് ഇപ്പോഴും എനിക്കോർമ്മയുണ്ട്. പതിനഞ്ച് വർഷങ്ങൾക്ക് മുമ്പ് ജപ്പാനിൽ നടന്ന ഒരു ലൈവ് ടിവി പരിപാടിയിൽ നിന്നുള്ളതാണ് ഇത്. അഭിമുഖത്തിന്റെ തുടക്കത്തിൽ എനിക്ക് അൽപ്പം പരിഭ്രാന്തി ഉണ്ടായിരുന്നു, പക്ഷേ ജാപ്പനീസ് ഭാഷയെക്കുറിച്ചുള്ള എന്റെ അടിസ്ഥാന പരിജ്ഞാനം ഉപയോഗിച്ച് ചോദ്യങ്ങൾ മനസ്സിലാക്കാനും ഉത്തരം നൽകാനും എനിക്ക് കഴിഞ്ഞുവെന്ന് ഞാൻ കണ്ടെത്തി. "വാബി സാബിയെക്കുറിച്ച് നിങ്ങളുടെ അഭിപ്രായം എന്താണ്?" അനൗൺസർ എന്നോട് ഇങ്ങനെ ചോദിക്കുന്നതുവരെ ഇത് വളരെ മികച്ചതായിരുന്നു.

എനിക്ക് വാബി സാബിയെക്കുറിച്ച് ഒന്നും അറിയില്ലായിരുന്നു, പക്ഷേ അത് തത്സമയം പ്രക്ഷേപണം ചെയ്യുകയായിരുന്നു! എനിക്ക് എന്റെ ഫോൺ പുറത്തെടുത്ത് അതിനെക്കുറിച്ച് എന്തെങ്കിലും തിരയാൻ കഴിഞ്ഞില്ല. ഒരു ചെറിയ, വിചിത്രമായ ഇടവേളയ്ക്ക് ശേഷം, ചോദ്യവുമായി യാതൊരു ബന്ധവുമില്ലാത്ത ഒരു ഉത്തരം ഞാൻ നൽകി. എനിക്ക് ചോദ്യം മനസ്സിലായില്ലെന്ന് വ്യക്തമായിരുന്നു.

ആ ലജ്ജാകരമായ അനുഭവം എന്നെ ജാപ്പനീസ് സൗന്ദര്യശാസ്ത്രത്തിന്റെയും വാബി സാബിയുടെയും പഠനത്തിലേക്കും അധ്യാപനത്തിലേക്കും നയിച്ചു, അത് ഇന്നും തുടരുന്നു. ജാപ്പനീസ് ജനതയിൽ നിന്ന് ഞാൻ പഠിച്ച ഏറ്റവും മികച്ച

കാര്യങ്ങളിൽ ഒന്നാണ് വാബി സാബി, എന്റെ വ്യക്തിപരമായ ലോകവീക്ഷണത്തിൽ അത് വിശാലവും എന്നാൽ ശക്തവും ആഴത്തിലുള്ളതുമായ സ്വാധീനം ചെലുത്തിയിട്ടുണ്ട്.

എന്റെ ജാപ്പനീസ് സുഹൃത്തുക്കളോടും, സഹപ്രവർത്തകരോടും, പെൺസുഹൃത്തുക്കളോടും, ഞാൻ കണ്ടുമുട്ടുന്ന എല്ലാ പുതിയ ആളുകളോടും ഞാൻ വാബി സാബിയെക്കുറിച്ച് ചോദിച്ചു: "വാബി സാബി എന്താണ്? വാബി സാബിയെക്കുറിച്ച് നിങ്ങൾക്ക് എന്താണ് തോന്നുന്നത്? നിങ്ങളെ സംബന്ധിച്ച് വാബി സാബി എന്താണ് അർത്ഥമാക്കുന്നത്?" കാലക്രമേണ എനിക്ക് മനസ്സിലായി, രണ്ട് ഉത്തരങ്ങൾ പോലും ഒരുപോലെയായിരുന്നില്ല, പക്ഷേ അവയിലെല്ലാം ഒരു പൊതു സംഗ്രഹം ഉണ്ടായിരുന്നു–അത് ജീവിതത്തിലെയും നാം ജീവിക്കുന്ന പ്രപഞ്ചത്തിലെയും എല്ലാറ്റിന്റെയും അപൂർണ്ണതയെയും അസ്ഥിരതയെയും കുറിച്ചായിരുന്നു.

വാബി സാബി വെറും ഒരു സൗന്ദര്യശാസ്ത്രത്തേക്കാൾ കൂടുതലാണെന്ന് എനിക്ക് പെട്ടെന്ന് മനസ്സിലായി. അത് ജീവിതവുമായും, മനുഷ്യനുമായും, പൊതുവെ പ്രപഞ്ചവുമായും ബന്ധപ്പെട്ടിരിക്കുന്നു. ഇതെല്ലാം വസ്തുക്കളുടെ ക്ഷണികമായ സ്വഭാവത്തെക്കുറിച്ചും അവയെ സ്വീകരിക്കാനും സ്വന്തമാക്കാനും പഠിക്കുന്നതിനെക്കുറിച്ചുമാണ്. ജാപ്പനീസ് കല, ജീവിതം, വാസ്തുവിദ്യ, ചരിത്രം, തത്ത്വചിന്ത, പ്രായം, ജാപ്പനീസ് ചിന്ത, സാമൂഹിക പെരുമാറ്റം, മാനസികാവസ്ഥ എന്നിവയെപ്പോലും ബന്ധിപ്പിക്കുന്ന ഒരു അദൃശ്യ ഘടനയാണ് വാബി സാബി.

പാശ്ചാത്യ ചിന്ത, പ്രത്യേകിച്ച് ആധുനികത, നമ്മളെ ചിന്തിപ്പിക്കുന്നത്, നമ്മൾ ചെയ്യുന്ന എല്ലാ കാര്യങ്ങളിലും നമ്മെ വിജയത്തിലേക്കും സന്തോഷത്തിലേക്കും നയിക്കുന്ന ഒരു ആത്യന്തിക ലക്ഷ്യം അടങ്ങിയിരിക്കുന്നു എന്നാണ്. വിജയത്തിന്റെ ഈ സങ്കൽപ്പിക്കപ്പെട്ട ലക്ഷ്യത്തെക്കുറിച്ചും ആധുനിക നഗരങ്ങളിൽ നാം എങ്ങനെ ജീവിക്കുന്നു എന്നതിനെക്കുറിച്ചും ചിന്തിക്കാൻ നൊബുവോ സുസുക്കി നമ്മെ സഹായി

ക്കുന്നു. ഒരാൾക്ക് ആരംഭം കുറിക്കത്തക്ക രീതിയിൽ പൂർണ്ണത എന്നൊന്ന് നിലവിലില്ലെന്ന് ഓർമ്മിക്കാൻ അദ്ദേഹത്തിന്റെ വാക്കുകൾ എന്നെ സഹായിച്ചു, ഇത് മനുഷ്യന്റെ ഭാവനയിൽ മാത്രമേ നിലനിൽക്കുന്നുള്ളൂ (ഗണിതത്തിലും ഇത് ഉണ്ടാകാം).

വാബി സാബി ഒരു യാഥാർത്ഥ്യമാണ്

പൂർണ്ണത നിലവിലില്ല.

വാബി സാബിയുടെ ജ്ഞാനം ലഭിച്ചതിനുശേഷം, ഞാൻ ജപ്പാനെ തികച്ചും വ്യത്യസ്തമായ ഒരു വീക്ഷണകോണിൽ നിന്ന് അനുഭവിക്കാൻ തുടങ്ങി. ജാപ്പനീസ് പാത്രങ്ങളെ നിസ്സംഗതയ്ക്ക് പകരം കൗതുകത്തോടെ കാണാൻ തുടങ്ങിയത് ഞാൻ ശ്രദ്ധിച്ചു, എന്നാൽ മുമ്പൊരിക്കലും അവയോട് അത്തരമൊരു ആകർഷണം എനിക്ക് തോന്നിയിട്ടില്ല. അവിടുത്തെ പൂന്തോട്ട ങ്ങൾ, കവിത, മൺപാത്രങ്ങൾ, ഇകെബാന, വാസ്തുവിദ്യ എന്നിവയെ ഞാൻ കൂടുതൽ വിലമതിക്കാനും ആസ്വദിക്കാനും തുടങ്ങി.

ഞാൻ ജപ്പാനെയും ജാപ്പാനികളെയും നോക്കിയ രീതി, ആ ചിന്തയിലും ധാരണയിലും മാത്രം ഒരു മാറ്റവും ഉണ്ടായില്ല. യൂറോപ്പിലേക്ക് തിരിച്ചു വന്നപ്പോൾ, എല്ലാത്തരം കലകളിലും ആളുകളിലും എനിക്ക് കൂടുതൽ താൽപ്പര്യമുണ്ടെന്ന് ഞാൻ കണ്ടെത്തി. വ്യത്യസ്ത ജീവിതശൈലികൾ നയിക്കുന്ന, സ്വന്തം അപൂർണ്ണതകൾ അനുഭവിക്കുന്ന കുടുംബാംഗങ്ങളിലും സുഹൃത്തു ക്കളിലും എനിക്ക് താൽപ്പര്യം തോന്നി. എല്ലാത്തിനും എനിക്ക് പുതിയൊരു മൂല്യം തോന്നി.

ഇതോടൊപ്പം, ഒരു രസകരമായ കാര്യം കൂടി ഞാൻ മനസ്സിലാക്കി : എനിക്ക് ടിവി ഷോയിൽ കൊടുത്ത എന്റെ ഉത്തരത്തിൽ ലജ്ജിക്കേണ്ട ആവശ്യമില്ലായിരുന്നു, കാരണം വാബി സാബിയെ നിർവ്വചിക്കാൻ കഴിയില്ല, എന്റെ ഉത്തരം ഒരുപക്ഷേ "ഉചിതം" ആയിരുന്നു. എന്തായാലും, അപൂർണ്ണരായി രിക്കുന്നതിൽ തെറ്റില്ല, നമുക്ക് എന്തെങ്കിലും അറിയില്ലെങ്കിൽ

(അത് ഒരു തത്സമയ ടിവി പ്രക്ഷേപണത്തിലാണെങ്കിൽ പോലും) തെറ്റൊന്നുമില്ല.

വാബി സാബിയുടെ അടിസ്ഥാനകാര്യങ്ങളിൽ നിന്ന് അതിന്റെ എല്ലാ വശങ്ങളുടെയും ആഴമേറിയ അർത്ഥങ്ങളിലേക്ക് പോകുന്ന മനോഹരമായ ഒരു പര്യവേക്ഷണമാണ് ഈ പുസ്തകം. ഈ പുസ്തകം വാബി സാബി തത്ത്വചിന്തയുടെ കൃത്യമായ വിശദീകരണമാണെന്ന് അവകാശപ്പെടുന്നില്ല, പക്ഷേ അത് നിങ്ങളെ ആ ആശയവുമായി ബന്ധിപ്പിക്കുകയും നിങ്ങളെക്കുറിച്ചും ലോകത്തെക്കുറിച്ചും നിങ്ങൾ ചിന്തിക്കുന്ന രീതിയെയും വികാരങ്ങളെയും എന്നെന്നേക്കുമായി മാറ്റുകയും ചെയ്യും.

ഈ പുസ്തകം വായിച്ചതിനു ശേഷം, ജോലിക്ക് പോകുമ്പോഴും, മറ്റുള്ളവരുമായി ഇടപഴകുമ്പോഴും, പ്രകൃതിയിൽ നടക്കുമ്പോഴും, നഗരത്തിൽ പോകുമ്പോഴോ ഒന്നും ചെയ്യാതെ ഇരിക്കുമ്പോഴോ പോലും, എന്റെ ദൈനംദിന ജീവിതത്തിൽ വാബി സാബിയെക്കുറിച്ച് ഞാൻ കൂടുതൽ ബോധവാനായി. വാബി സാബിക്കെതിരെ പോരാടുന്നതിലൂടെയും, നമ്മുടെ ജീവിതം പൂർണ്ണമാക്കാൻ നിരന്തരം ശ്രമിക്കുന്നതിലൂടെയും, "ഉയരങ്ങളിലേക്ക്" കയറുന്നതിലൂടെയും, "മികച്ച" ജോലി നേടുന്നതിലൂടെയും, "മെച്ചപ്പെട്ട" വീട് ആഗ്രഹിക്കുന്നതിലൂടെയും, നമ്മുടെ ജീവിതത്തിലേക്ക് നാം കൊണ്ടുവരുന്ന കഷ്ടപ്പാടുകളെക്കുറിച്ചും എനിക്കറിയാം. "മെച്ചപ്പെട്ട" പതിവ്, "മെച്ചപ്പെട്ട" എല്ലാം. ഇന്നത്തെ ലോകത്ത്, നമ്മൾ ചിന്തിക്കുന്നത്, "ഇത് അല്ലെങ്കിൽ അത് ലഭിക്കാനുള്ള അവസരം ഞാൻ നഷ്ടപ്പെടുത്തി..." "എനിക്ക് മതിയാകുന്നില്ല," "എനിക്ക് ഒരിക്കലും അങ്ങനെ... മെച്ചപ്പെട്ടതാകാൻ കഴിയില്ല" എന്നൊക്കെയാണ്. ഇതുപോലുള്ള കാര്യങ്ങൾ പറയുന്നതിലൂടെ നമ്മൾ നമ്മുടെ അപൂർണ്ണതയെയും അയോഗ്യതയെയും കുറിച്ച് നിരന്തരം ഓർമ്മിപ്പിക്കുന്നു. എന്നാൽ നമ്മൾ ഒരിക്കലും അങ്ങനെ ചെയ്യാൻ പാടില്ല. ആധുനിക മൂല്യങ്ങളാൽ ലക്ഷ്യങ്ങളും പ്രതീക്ഷകളും തെറ്റായി രൂപപ്പെടുത്തിയ വളരെ മനോഹരമായ ജീവികളാണ്

നമ്മൾ. ഇല്ലാത്തപ്പോൾ എന്തിനാണ് നാമെല്ലാവരും പൂർണ്ണമായ ജീവിതം നയിക്കാൻ ലക്ഷ്യമിടുന്നത്?

വാബി സാബി പഠിക്കുക എന്നതിനർത്ഥം നമ്മൾ ആരായാലും, ഈ നിമിഷം നമുക്ക് എന്താണെങ്കിലും, നമ്മൾ അതിൽ സംതൃപ്തരാണ് എന്നാണ്. ഈ രീതിയിൽ, കൂടുതൽ മികച്ചവരും ഊർജ്ജസ്വലരുമാകാനുള്ള നമ്മുടെ ഉത്തരവാദിത്വം കുറയുന്നില്ല. ഇതിനർത്ഥം, വർത്തമാന നിമിഷത്തിൽ നമ്മൾ സംതൃപ്തരാണെന്ന് തിരിച്ചറിഞ്ഞുകഴിഞ്ഞാൽ, നമ്മൾ ഓരോ ദിവസവും പടിപടിയായി മുന്നോട്ട് നീങ്ങുന്ന, ആ ഘട്ടത്തിൽ നമ്മുടെ ലക്ഷ്യം പൂർണ്ണതയല്ല, മറിച്ച് നമ്മുടെ ഏറ്റവും മികച്ച സ്വത്വം കണ്ടെത്തുക എന്നതാണ് – നമ്മൾ യഥാർത്ഥത്തിൽ നമ്മുടെ സത്തയെ, നമ്മുടെ *ഇക്കിഗായി*യെ കണ്ടെത്തുന്നു. യാഥാർത്ഥ്യബോധമില്ലാത്ത പ്രതീക്ഷകളിൽ നിന്ന് മോചനം നേടി മുന്നോട്ട് പോകാനും മികച്ചവരാകാനും ഉള്ള ഈ ആശയം, പുസ്തകത്തിലെ മറ്റ് ആശയങ്ങളിൽ എനിക്ക് ഏറ്റവും ഇഷ്ടപ്പെട്ട ഒന്നാണ്, ഈ പുസ്തകത്തിന്റെ വരും പേജുകളിൽ നിങ്ങൾ ഇതിനെക്കുറിച്ച് പഠിക്കും.

പതിനഞ്ച് വർഷം മുമ്പ് വാബി സാബിയെക്കുറിച്ച് കേട്ടപ്പോഴുള്ളതിനേക്കാൾ കൂടുതൽ ഇപ്പോൾ എനിക്കറിയാം. പക്ഷേ, വാബി സാബിയെക്കുറിച്ച് ഞാൻ കൂടുതൽ പഠിക്കും തോറും അത് എന്റെ ഉള്ളിൽ കൂടുതൽ ആഴത്തിൽ ഒഴുകുന്നു, എനിക്ക് ഒരിക്കലും മടുപ്പുണ്ടാകില്ല എന്നും എനിക്ക് പറയാൻ കഴിയും.

വാബി സാബിയിലേക്കുള്ള എന്റെ യാത്രയിൽ ഈ പുസ്തകം എന്നെ ചില പുതിയ സ്ഥലങ്ങളിലേക്ക് കൊണ്ടുപോയി. ഈ വീക്ഷണം എന്റെ ധൈര്യത്തെ പുതുക്കി, ഞാൻ എന്തായിരുന്നാലും, ഈ ലോകത്ത് ഞാൻ എങ്ങനെയായാലും; അതിനിടയിൽ ജീവനോടെയിരിക്കുന്നുവെന്നതിനെ അനുഭവി ക്കാൻ എനിക്ക് കഴിഞ്ഞേക്കും. അത് വാബി സാബിയുടെ തത്ത്വചിന്തയെ കൂടുതൽ വിലമതിക്കാൻ എന്നെ സഹായിച്ചു.

എനിക്ക് അതൊരു വഴികാട്ടിയായി തോന്നി, എന്റെ ജീവിതം നയിക്കാനുള്ള ദിശ കാണിച്ചുതന്നു.

നമ്മുടെ അപൂർണ്ണതയെയും ഈ അപൂർണ്ണ ലോകത്തെയും നമുക്ക് സ്വീകരിക്കാം, ലോകത്തിന്റെ ഭംഗി കാണുകയും അതിനെ കൂടുതൽ മനോഹരമാക്കുകയും ചെയ്യാം. നൊബുവോ സുസുക്കിയുടെ പുസ്തകം നിങ്ങളെ ആ പാതയിലേക്ക് നയിച്ചേക്കാം. ഞാൻ ഇത് വായിച്ചതുപോലെ നിങ്ങൾക്കും ഇത് വായിക്കാൻ ഇഷ്ടപ്പെടുമെന്ന് ഞാൻ പ്രതീക്ഷിക്കുന്നു.

—ഹെക്ടർ ഗാർസിയ

ടോക്കിയോ, 2020 ഒക്ടോബർ

അവതാരിക

അപൂർണ്ണതയുടെ മാന്ത്രികത

ജപ്പാനിലെ ഒരു സെൻ ആശ്രമത്തിലെ പൂന്തോട്ടത്തിന്റെ ചുമതലയുണ്ടായിരുന്ന ഒരു സന്ന്യാസിയ്ക്ക് ഒരു പ്രത്യേക സ്വഭാവമുണ്ടായിരുന്നു. ആ പൂന്തോട്ടത്തിലെ കല്ലിട്ട വഴികളിലുള്ള ഇലകൾ അടിച്ചുവാരിയതിന് ശേഷം അദ്ദേഹം തിരികെ ആശ്രമത്തിലേയ്ക്ക് കയറുന്നതിന് മുമ്പ് ഒരില അവിടെ വീഴാൻ അനുവദിയ്ക്കും.

എന്തിനാണ് അദ്ദേഹം അങ്ങനെ ചെയ്തിരുന്നത്?

മരങ്ങൾ വീണ്ടും അവിടെ സ്വർണ്ണനിറത്തിലുള്ള ഇലകൾ പൊഴിയ്ക്കും എന്നതായിരിക്കാം ഒരു കാരണം. മറ്റൊന്ന്, ജപ്പാൻകാരുടെ സൗന്ദര്യസങ്കല്പത്തിൽ പൂർണ്ണമായിരിക്കുക, ഏകീകൃതമായിരിക്കുക, കൃത്യതയോടെയിരിക്കുക എന്നിങ്ങനെയുള്ള കല്പനകളില്ല, അവിടെ സ്വാഭാവികതയ്ക്കാണ് പ്രാധാന്യം. സെൻ ആശ്രമത്തിലെ ഒഴിഞ്ഞ പൂന്തോപ്പിൽ വീണുകിടക്കുന്ന ആ ഒരില ഒരു പ്രത്യേക സൗന്ദര്യത്തെ സംവേദിപ്പിക്കുന്നുണ്ട്.

ജപ്പാന്റെ സംസ്കാരത്തിന്റെ സവിശേഷതകളിലൊന്നാണ് സൗന്ദര്യത്തെക്കുറിച്ചുള്ള ഈ പ്രത്യേക സങ്കല്പം. ഒരു പാശ്ചാത്യനെ സംബന്ധിച്ച്, അല്ലെങ്കിൽ ചൈനക്കാരനുപോലും മനോഹരമായ കപ്പ് എന്നത് കുറ്റമറ്റതായ രീതിയിൽ രൂപപ്പെടുത്തിയ കൃത്യമായ ചുറ്റളവുകളുള്ള മിനുസമാർന്ന ഒന്നാണ്. അതിൽ അലങ്കാരപ്പണികളുണ്ടെങ്കിൽ ആ അലങ്കാരങ്ങൾ കൃത്യവും ഏകീകൃതവുമായിരിക്കണം.

എന്നാൽ ജപ്പാനിൽ പല പോരായ്മകളുമുള്ള ഒരു കപ്പിനെയാണ് ഏറ്റവും മൂല്യമുള്ള ഒരു കപ്പായി കരുതുന്നത്. കാരണം ആ പോരായ്മകളാണ് അതിനെ അതുല്യമാക്കുന്നത്. അതിന് വിള്ളലുകളുണ്ടായിരിക്കാം, ചിലപ്പോൾ അതിൽ കല്ലുകൾ പറ്റിപ്പിടിച്ചിരിക്കുന്നുണ്ടാകും. അതൊരുപക്ഷേ പൊട്ടിയതോ പിന്നീട് കിറ്റ്സുഗി എന്ന കലയിലൂടെ വിളക്കിച്ചേർത്തതോ ആയിരിക്കും. (അതിനെക്കുറിച്ച് നാം ഈ പുസ്തകത്തിലെ മറ്റൊരദ്ധ്യായത്തിൽ സംസാരിക്കാം).

അതുല്യമായതും സ്വന്തമായ കഥകൾ പറയാൻ കഴിവുള്ളതുമായ ഈ പ്രത്യേകമായ കപ്പ് *വാബി സാബി*-യുടെ ജാപ്പനീസ് വീര്യത്തെ വിളിച്ചോതുന്നു; പ്രകൃതിയുടെ സ്വാഭാവികതയെ അനുസ്മരിപ്പിക്കുന്ന ഒന്നിനെ മനോഹരമായി കണക്കാക്കുന്നു. ഇതിനെ ഇനി പറയുന്ന മൂന്ന് തത്വങ്ങളായി സംഗ്രഹിക്കാം :

1. ഒന്നും കുറ്റമറ്റതല്ല.

2. ഒന്നും അവസാനമല്ല.

3. ഒന്നും ശാശ്വതമായി നിലനിൽക്കുന്നതല്ല.

ഈ തത്വങ്ങൾ മനുഷ്യനിൽ പ്രയോഗിച്ചാൽ, നമ്മുടെ കുറവുകളെക്കുറിച്ചുള്ള തിരിച്ചറിവുകൾ നമ്മെ വിനയാന്വിതരാക്കുന്നു. അതിനെ സ്വീകരിക്കുന്നത് നമ്മെ അഹങ്കാരത്തിന്റെ അനാരോഗ്യത്തിൽ നിന്ന് മോചിതരാക്കുകയും പ്രകൃതിയിൽ തന്നെ ഒന്നും കുറ്റമറ്റതല്ലാത്തതിനാൽ അതിന്റെ തുടർച്ചയെന്ന നിലയിൽ മനുഷ്യരിലും കുറവുകളുണ്ടെന്ന ഒരു നിലപാട് നമ്മിൽ ഉറപ്പിയ്ക്കുകയും ചെയ്യുന്നു. നമ്മുടെ തന്നെ കുറവുകളെ അംഗീകരിക്കുന്നതിലൂടെ ഓരോ വ്യക്തിയുടെയും സമാനതകളില്ലാത്ത സ്വഭാവത്തെ നാം മാറ്റിയെടുക്കേണ്ടതില്ല. അത് നമ്മെ യഥാർത്ഥ മനുഷ്യരായി പരിണമിക്കാനുള്ള വഴി കാണിച്ച തരുന്നു.

തങ്ങൾ ഏറ്റവും മികച്ചത് നേടിക്കഴിഞ്ഞു എന്ന് വിശ്വസിക്കുന്ന ഏതൊരും വ്യക്തിയുടെയും ചിന്ത തെറ്റാണ്. കാരണം

അവർക്ക് ഇനിയും മെച്ചപ്പെടാനുള്ള ഇടം എപ്പോഴുമവിടെയുണ്ട്. വഴക്കമില്ലാതെ കാർക്കശ്യത്തോടെ നിൽക്കുന്നതുകൊണ്ടാണ് ഇത് സംഭവിക്കുന്നത്. വ്യക്തിനിഷ്ഠവും പൂർണ്ണവുമെന്ന് അവർ കരുതുന്നതായ ഒരു തലത്തിൽ സുരക്ഷിതരായി ഒതുങ്ങിക്കഴിയുമ്പോൾ അവരുടെ വളർച്ച മുരടിച്ച് പോകുന്നു. അത്തരമൊരു വ്യക്തി വളരെ കാർക്കശ്യമുള്ളയാളും ജൈവീകതയില്ലാത്തവനുമായിത്തീരുന്നു, അവനിൽ ജീവന്റെ സ്ഫുരണമില്ലാതാകുന്നു.

രണ്ടാമത്തെ തത്ത്വത്തിലേയ്ക്ക് നീങ്ങുമ്പോൾ ഒന്നും അവസാനിക്കുന്നില്ല എന്ന് വാബി സാബി നമ്മെ കൃത്യമായി ഓർമ്മിപ്പിക്കുന്നു. ജനിമൃതികളുടെ ചാക്രികതയിലൂടെ പ്രകൃതി അനന്തമായി വികസിക്കുന്നതുപോലെ മനുഷ്യരും ചലനാത്മകരാണ്.

"ഞാൻ എപ്പോഴും ആരംഭിക്കുന്നു" എന്ന് ബുദ്ധൻ തന്നെ ഒരിക്കൽ പറയുകയുണ്ടായി.

ജീവിതത്തോട് ഒരു വാബി സാബി സമീപനം സ്വീകരിക്കുക എന്നതിനർത്ഥം, ഒരിക്കൽ നിങ്ങളുടെ കുറവുകൾ തിരിച്ചറിഞ്ഞു കഴിഞ്ഞാൽ *ഇനിയും എല്ലാം ചെയ്തു തീർക്കാനുണ്ട്* എന്ന് അനുമാനിച്ച് നിരന്തരമായ പഠനത്തെ പുല്കുക എന്നതാണ്. അപ്പോൾ വീണ്ടും ജീവിയ്ക്കുവാനായി എല്ലാം ബാക്കിയുണ്ടാകും.

ഇവിടെയുള്ള വസ്തുക്കളുടെയെല്ലാം ക്ഷണികമായ സ്വഭാവം മനസ്സിലാക്കുക എന്നതാണ് വാബി സാബിയുടെ മൂന്നാമത്തെ തത്ത്വം. ഇത് സെന്നിലേയ്ക്ക് നമ്മെ തിരികെ കൊണ്ടുപോകുന്ന ഒരു ആശയമാണ്. ഒരിക്കൽക്കൂടി ബുദ്ധനിലേയ്ക്ക് മടങ്ങിവരാം, മനുഷ്യൻ പ്രകൃതിയിലുള്ള വസ്തുക്കളുടെ ക്ഷണികത തിരിച്ചറിയാതെ അവയെല്ലാം ശാശ്വതമാകണമെന്ന് ആഗ്രഹിക്കുന്നതാണ് കഷ്ടപ്പാടുകളുടെ പ്രധാന കാരണം എന്ന് അദ്ദേഹം പറയുന്നു.

യൗവ്വനം പക്വമാകുകയും പിന്നീട് വാർദ്ധക്യം വന്നു ചേരുകയും ചെയ്യുന്നു.

നിങ്ങൾ ഇന്ന് വാങ്ങിയ അതിശയകരമായ ടെലിവിഷൻ ക്രമേണ പ്രവർത്തനരഹിതമാകുന്നു, അല്ലെങ്കിൽ കൂടുതൽ വികസിതമായ മോഡലുകളെ അപേക്ഷിച്ച് കാലഹരണപ്പെട്ടതായി മാറുന്നു. വളരെ ആകർഷകവും രസകരവുമായി നിങ്ങൾക്കനുഭവപ്പെട്ട വ്യക്തി നമ്മെ അത്ഭുതപ്പെടുത്താതാവുന്നു, അല്ലെങ്കിൽ അയാളും നമ്മളും അകലാൻ തുടങ്ങുന്നു, ഇരുവരും ഒരു ചെടിയുടെ രണ്ടു ശാഖകളെപ്പോലെ രണ്ട് വ്യത്യസ്ത ദിക്കുകളിലേയ്ക്ക് വളരുന്നു.

ഇത് നമ്മളെ ദുഃഖിപ്പിക്കാൻ അനുവദിക്കരുത്; പകരം *ഒന്നും ശാശ്വതമായി നിലനിൽക്കുകയില്ല* എന്ന് അംഗീകരിക്കുക. ഈ നിമിഷത്തിന്റെ മൂല്യത്തെ വിലമതിക്കുവാൻ ഇത് നമ്മെ പ്രചോദിപ്പിക്കുന്നു. അത് മാത്രമാണ് ഇവിടെ ഇപ്പോൾ നമുക്ക് പകർത്താൻ കഴിയുന്ന ഒരേയൊരു കാര്യം. നമ്മൾ ചെയ്യുന്ന പ്രവർത്തി എന്തുതന്നെയായാലും നമ്മുടെ മുഴുവൻ ശ്രദ്ധയും അതിലേയ്ക്ക് നല്കാനുള്ള ഒരു ക്ഷണമാണത്.

നമ്മൾ ഒരു പാർക്കിൽ അവസാനമായി നടക്കാൻ പോകുകയായിരിക്കും, എന്നാൽ ജീവിതത്തിൽ നിന്ന് തന്നെ വിടപറയാൻ പോകുന്നതിന് മുമ്പ് നാം നടത്തുന്ന ഒരു വിടവാങ്ങലാണത് എന്ന് പരിഗണിച്ചാൽ അത് ലോകത്തിലെ എല്ലാ നടത്തത്തെക്കാളും മൂല്യമുള്ളതായിത്തീരും.

ജാപ്പനീസ് സൗന്ദര്യസങ്കല്പത്തിൽ കേടുപാടുകൾ സംഭവിച്ച തകർന്ന ഒരു പാനപാത്രം വളരെ മൂല്യമുള്ളതാണ്, അതുപോലെ ഒരു കൊമ്പിൽ നിന്ന് പൊഴിയാൻ കാത്തുനിൽക്കുന്ന ഉണങ്ങിയ ഇലകൾ സമൃദ്ധമായ പുഷ്പങ്ങൾ നിറഞ്ഞ ഒരു പുൽമേടിനേക്കാൾ വളരെ ഹൃദയഹാരിയാണ്.

ഇതാണ് വാബി സാബിയുടെ മാന്ത്രികത. ഇത് നമുക്ക് സംവേദനത്തിന്റെയും വളർച്ചയുടെയും സ്വയം പൂർത്തീകരണത്തിന്റെയും പുതിയ ചക്രവാളത്തെ തുറന്ന് തരികയും പുതിയൊരു ജീവിതത്തെ വാഗ്ദാനം ചെയ്യുകയും ചെയ്യുന്നു.

—നബൂവോ സുസുക്കി

ധ്യാന വെളിവുകൾ

കാക്കകളുടെ കരച്ചിൽ,
തൊപ്പിയണിഞ്ഞ് നിൽക്കുന്ന ഭിക്ഷുവിനെപ്പോലെ
തോന്നിച്ച മഞ്ഞണിഞ്ഞ ഗോപുരങ്ങൾ,
മഞ്ഞിന്റെ ഭാരത്താൽ വളഞ്ഞ മരച്ചില്ലകൾ,
വെള്ളച്ചാട്ടത്തിൽ നിന്നും മഞ്ഞിനിടയിലൂടെ
നൂണ്ടുകടക്കാൻ ശ്രമിക്കുന്ന ജലപാതം.
മഞ്ഞിനാൽ മൌനമാക്കപ്പെട്ട എന്റെ കാലടിയൊച്ചകൾ,
ഈ അപൂർണ്ണമായ പൂന്തോട്ടത്തിന്റെ ഒരു ഭാഗമാണോ ഞാൻ?
അതോ ഈ പൂന്തോപ്പ് എന്റെ ഭാഗമാണോ?

വാബി സാബിയുടെ മൂന്ന് മാനങ്ങൾ

"പർവ്വതത്തിൽ സ്ഥിതിചെയ്യുന്ന ക്ഷേത്രത്തിൽ നിന്നുള്ള മണിനാദം മടിച്ചുമടിച്ചുയർന്ന് കോടമഞ്ഞിൽ ലയിച്ചുചേരുന്നു."

—യൊസാനോ ബൂസൺ

കുറച്ച് കാലം ഞാനൊരു ഗ്രാമത്തിൽ താമസിച്ചിരുന്നു. അവിടെ എല്ലാവർക്കും എല്ലാവരേയും പരസ്പരം അറിയാമായിരുന്നു. ഗ്രാമത്തിന്റെ ഒരറ്റത്തുനിന്ന് മറ്റൊരറ്റത്തേയ്ക്ക് നടന്നു കൊണ്ടായിരുന്നു എന്റെ ദിനങ്ങൾ ഞാൻ ആരംഭിച്ചിരുന്നത്. സ്കൂളിൽ പോകുന്ന കുട്ടികൾക്കും, പതിറ്റാണ്ടുകളായി എനിക്ക് പരിചയമുള്ള വ്യക്തികൾക്കും, തങ്ങളുടെ നായ്ക്കളുമായി നടക്കാനിറങ്ങുന്ന വൃദ്ധർക്കുമെല്ലാം ഞാൻ അഭിവാദ്യങ്ങൾ അർപ്പിക്കും. ഓരോ വ്യക്തികളും അവരുടെ *ഇക്കിഗായി* – അസ്തിത്വം കാരണം – വിളിക്കുന്നിടത്തേയ്ക്ക് സഞ്ചരിച്ചുകൊണ്ടിരിക്കുന്നു. ചിലർ കൈകളുയർത്തി പ്രത്യഭിവാദനം ചെയ്യുന്നു. ചിലർ തലകുനിച്ച് പുഞ്ചിരിക്കുകയോ ചെയ്യുന്നു.

ഗ്രാമത്തിന്റെ തെക്കേ അറ്റത്ത് എത്തുമ്പോൾ അവിടെയുള്ള നദിയുടെ പുതുമ ആസ്വദിക്കുന്നതിനിടയിൽ കടും ചുവപ്പ് നിറത്തിലുള്ള ഒരു പാലത്തിലൂടെ കടന്നുപോകാറുണ്ട്. മലകളിൽ

നിന്നുള്ള കുളിർക്കാറ്റ് എന്റെ ശ്വാസകോശങ്ങളെയും ചിന്തകളെയും ശുദ്ധമാക്കുന്നതായി എനിക്കപ്പോൾ തോന്നും. പാറകൾക്കുമീതെ ഒഴുകുന്ന ശുദ്ധജലത്തിന്റെ മർമ്മരങ്ങൾ കിളികളുടെ കൂജനവുമായി മധുരതരമായി ഇടകലരും. ശരത്കാലത്തിന്റെ വ്യത്യസ്തമായ പച്ചയും ഓറഞ്ചും നിറങ്ങൾ ഉള്ളിലേയ്ക്കാനയിക്കാനായി ഞാൻ തലതിരിച്ച് പർവ്വതങ്ങളെ പൊതിഞ്ഞുനിൽക്കുന്ന മരങ്ങളുടെ മേലാപ്പിലേയ്ക്ക് കണ്ണയയ്ക്കും.

ഞാൻ ക്ഷേത്രത്തിലേയ്ക്കുള്ള തടി കവാടത്തിലൂടെ കടന്നുപോയി ശരത്കാലത്തിന്റെ അവസാനപാദത്തിൽ താഴേയ്ക്ക് പൊഴിയുന്ന മേപ്പിൾ ഇലകൾ അടിച്ചുവാരുന്ന സന്ന്യാസിമാരെ അഭിവാദ്യം ചെയ്തു. പിന്നീട് ഞാൻ തിരികെ എന്റെ വീട്ടിലേയ്ക്ക്, എന്റെ പൂച്ച താമായുടെ അരികിലേക്ക്, എന്റെ എഴുത്തുപണികൾ തുടരാനായി മടങ്ങി.

ഞാൻ നേരത്തെ പറഞ്ഞതുപോലെ അത് നാൽപ്പത്തിയഞ്ച് മിനിറ്റിൽ കൂടുതലുള്ള ഒരു നടത്തമല്ല, എന്നാൽ എന്റെ ആനന്ദത്തിന് ഇത് വളരെ നിർണ്ണായകമാണ്.

ഇന്നലെ എന്റെ സുഹൃത്ത് യൂജി എന്നെ കാണാനായി വന്നിരുന്നു. അദ്ദേഹം ടോക്യോവിലെ ഒരു സാഹിത്യമാസികയുടെ എഡിറ്ററാണ്. ഞാൻ അദ്ദേഹത്തെ എന്റെ കൂടെ ഒരു നടത്തത്തിന് ക്ഷണിച്ചു. എന്നിട്ട് ഞങ്ങൾ എന്റെ സ്വീകരണമുറിയിലിരുന്ന് ചായകുടിച്ചു. അവിടെ ഇരുന്നാൽ മലകളുടെ സൗന്ദര്യം കാണാവുന്നതാണ്.

'ഗ്രീൻ ടീയുടെയും ടട്ടാമിയുടെയും ഇടകലർന്നുള്ള ഗന്ധം എന്നിൽ ബാല്യകാലസ്മൃതികളുടെ ഗൃഹാതുരത്വമുണർത്തുന്നു' എന്റെ സുഹൃത്ത് പറഞ്ഞു.

'ഇത്, എനിക്ക് നിത്യവും ലഭിക്കുന്ന ഗന്ധമാണ്'' ഞാൻ പറഞ്ഞു.

ഞങ്ങൾ ഒന്നിച്ച് ആ 'ഉജി' ചായ ആസ്വദിച്ചുകൊണ്ടിരുന്നു. അല്പനേരത്തെ മൗനത്തിന് ശേഷം ആ നന്മനിറഞ്ഞ പഴയ സുഹൃത്ത് ഉർജ്ജസ്വലതയോടെ പറഞ്ഞു :

"നോബൂവോ,നീടോക്യോവിലേയ്ക്ക് വരണം.നിന്നെപ്പോലെയൊരാൾ നഗരത്തിൽ വലിയ വിജയമായിരിക്കും."

"വിജയിക്കുകയോ... അതുകൊണ്ട് എന്താണ് ഗുണം?"

"സാഹിത്യസദസ്സുകളിൽനീവളരെപ്രസിദ്ധനായിത്തീരും. അവർ നിന്നെ എല്ലാദിവസവും പല ചടങ്ങുകളിലേയ്ക്കും ക്ഷണിക്കും. നിനക്ക് അവിടെ സുന്ദരികളായ സ്ത്രീകളെയും സ്വാധീനമുള്ള വ്യക്തികളെയും പരിചയപ്പെടാം. നിനക്ക് ധാരാളം സമ്പാദിക്കാം. ഈ പർവ്വതത്തിൽ ഇങ്ങനെ അടച്ചിരിക്കുന്നതിനേക്കാൾ പത്ത് മടങ്ങ് അവസരങ്ങൾ നിന്നെ തേടിയെത്തും."

"അതെ, അതോടൊപ്പം നഗരജീവിതത്തിന്റെ ക്ലേശങ്ങളുമുണ്ടാകും. അപ്പോൾ പത്ത് മടങ്ങ് ഉത്സാഹം കുറയുകയും പത്ത് മടങ്ങ് സന്തോഷവും സമാധാനവും നഷ്ടപ്പെടുകയും ചെയ്യും."

"നോബൂവോ ദയവായി ഇങ്ങനെ ദോഷങ്ങളെക്കുറിച്ച് ചിന്തിക്കാതിരിക്കൂ" എന്റെ സുഹൃത്ത് എന്നോട് യാചിച്ചു.

"നഗരത്തിൽ പോയി ജീവിക്കാനോ – എന്തിന്? എനിക്കാവശ്യമില്ലാത്ത കുറേ കാര്യങ്ങൾ നേടുവാനോ?"

"നീ സെന്നിൽ നിറഞ്ഞിരിക്കുകയാണ്. നീ ഒരിക്കലും മാറുകയില്ല."

"എനിക്കാവശ്യമുള്ളതിലധികം ഞാൻ നേടുന്നതെന്തിനാണ്? എന്റെ സ്വഭാവത്തോട് സത്യസന്ധത പുലർത്തി ജീവിക്കുവാനാണ് എനിക്കിഷ്ടം. വാബി സാബിയാണ് എന്നെ നയിക്കുന്നത്" ഞാൻ പറഞ്ഞു.

"വാബി സാബി ഒരു സൗന്ദര്യാനുഭൂതി മാത്രമാണ്." യൂജി പറഞ്ഞു, "അത് നിന്നെ നിന്റെ കലയിൽ സഹായിച്ചേയ്ക്കും അതിൽ കൂടുതലൊന്നുമില്ല."

"പക്ഷേ എന്നെ സംബന്ധിച്ചിടത്തോളം വാബി സാബി അതിനെയെല്ലാം അതിവർത്തിക്കുന്ന ഒന്നാണ്. അതൊരു തത്ത്വചിന്തയാണ് അതോടൊപ്പം ഒരു ജീവിതരീതിയുമാണ്." ഞാൻ പറഞ്ഞു. "ഒരു പക്ഷേ, ഞാൻ ഒരു പടികൂടി കടന്ന് അത്

പ്രപഞ്ചത്തെ മനസ്സിലാക്കാനുള്ള ഒരു വഴിയാണെന്ന് കൂടി പറയും."

"അത് വളരെ നല്ലതു തന്നെ. എന്നാൽ പിന്നീട്, ഒരു തെറ്റുപറ്റിപ്പോയെന്നുള്ള പശ്ചാത്താപം നിനക്ക് ഉണ്ടാകില്ലേ? അതായത് പിന്നീടെപ്പോഴെങ്കിലും ഇങ്ങനെ എഴുതുകയും പിയാനോ വായിക്കുകയും മലകളിലൂടെ നടക്കുകയും ചെയ്തതല്ലാതെ ജീവിതത്തിൽ മറ്റൊന്നും തന്നെ ചെയ്തില്ല എന്ന് ഖേദിക്കാനിടവരില്ലേ?"

ഈ ചോദ്യം കേട്ട് എനിക്ക് ചിരിയടക്കാനായില്ല. ഞാൻ അവനോട് പറഞ്ഞു :

"അതിലെ പ്രധാന കാര്യം വാബി സാബി ജീവിതരീതി യിൽ തെറ്റുകളൊന്നും തന്നെയില്ല എന്നതാണ്. അതിന്റെ നിർവ്വചനമനുസരിച്ച് ജീവിതം എന്നത് കുറ്റമറ്റ ഒന്നല്ല. ഞാൻ ഒരു തെറ്റു വരുത്തുകയാണെങ്കിൽ അത് അങ്ങനെ തന്നെ യാകട്ടെ."

എന്റെ എഡിറ്റർ സുഹൃത്ത് പോയപ്പോൾ എന്റെ പൂച്ചയെയും മടിയിൽ വച്ചുകൊണ്ട് അല്പനേരം ഞാൻ ആ സാന്ധ്യപ്രകാശ ത്തിൽ മുഗ്ധനായിരുന്നു. അപ്പോൾ വാബി സാബിയ്ക്ക് മൂന്ന് മഹത്തായ മാനങ്ങളുണ്ട് എന്നെനിക്ക് തോന്നി.

അവ എന്തെല്ലാമാണെന്ന് പറയുന്നതിന് മുമ്പ് ഞാൻ ഉണരുന്നതുമുതൽ ഉറങ്ങാൻ പോകുന്നതുവരെ വാബി സാബി എന്നോടൊപ്പമുണ്ട് എന്ന് പറയാൻ ഞാൻ ആഗ്രഹിക്കുന്നു. അത് ഞാൻ സൃഷ്ടിക്കുകയും ആസ്വദിക്കുകയും ചെയ്യുന്ന കല യാണ്. അത് എന്റെ വീട്ടിലും പൂന്തോട്ടത്തിലുമുണ്ട്, കുടുംബവും സുഹൃത്തുക്കളുമായുള്ള എന്റെ ബന്ധങ്ങളിലുമുണ്ട്. ഇത് എന്റെ പൂച്ച താമായുമായുള്ള ബന്ധത്തിൽ പോലുമുണ്ട്. എന്റെ അസ്തി ത്വത്തെ അനുഭവിക്കാനും എന്റെ ചുറ്റുമുള്ള ലോകത്തോട് പ്രൗഢ മായും സമാധാനപരമായും സ്വരലയപ്പെടാനുള്ള ഒരു വഴിയാണ് വാബി സാബി.

യൂജിയുടെ സന്ദർശനം എനിക്ക് ഈ പുസ്തകമെഴുതാനുള്ള

പ്രചോദനമായി. താഴെ കൊടുത്തിരിക്കുന്ന മാനങ്ങളെ ആസ്പദമാക്കി അതിനെ മൂന്ന് പ്രധാന ഭാഗങ്ങളായി ഈ പുസ്തകത്തിൽ തരംതിരിക്കാൻ ഞാൻ ആഗ്രഹിക്കുന്നു.

1. വാബി സാബി തത്ത്വശാസ്ത്രം

ആദ്യഭാഗത്തിൽ ഞാൻ വാബി സാബിയെ ഒരു ലോക വീക്ഷണമായും അസ്തിത്വത്തെക്കുറിച്ചുള്ള തത്വശാസ്ത്രമായും വിശദീകരിക്കാം. അത് നമുക്ക് പ്രപഞ്ചത്തെക്കുറിച്ചും മറ്റുള്ളവരോടുള്ള ബന്ധത്തെക്കുറിച്ചും മനസ്സിലാക്കുന്നതിനും അനുഭവിക്കുന്നതിനും വ്യത്യസ്തമായ മാർഗ്ഗം നല്കുന്നു. വാബി സാബിയുടെ കണ്ണാടിയിലൂടെ ലോകത്തെ നിരീക്ഷിക്കുന്നത് നിങ്ങളെ സ്വാസ്ഥ്യത്തിന്റെയും സമ്മർദ്ദത്തിന്റെയും ഘട്ടങ്ങളിൽ ഒരു പോലെ സ്വരലയത്തോടെ ജീവിക്കാൻ സഹായിക്കുന്നു.

വാബി സാബി നമ്മോട് പറയുന്നത് എല്ലാം *നശ്വരമാണെന്നാണ്*. ദശലക്ഷക്കണക്കിന് വർഷങ്ങളായി പർവ്വതമായി രൂപാന്തപ്പെട്ടിരിക്കുന്ന പാറക്കല്ലുകൾ പോലും ഒരുനാൾ അപ്രത്യക്ഷമാകും.

എല്ലാം നിരന്തരമായ പ്രവാഹത്തിലാണ്. നമ്മൾ ആ ഒഴുക്കിനെതിരെ നീങ്ങിയാൽ ക്ലേശിക്കേണ്ടിവരും. സന്തോഷിക്കാനുള്ള ഏക വഴി അതിനെ സ്വീകരിക്കുക എന്നതാണ്. ചിലപ്പോൾ നമുക്ക് ശോകവും ഗൃഹാതുരത്വവും അനുഭവപ്പെടും. എന്നാൽ അവയും നമുക്ക് ആസ്വദിക്കാൻ സാധിക്കുന്ന വികാരങ്ങളാണ്.

ഇന്നലെത്തേതുപോലെയൊന്നും നാളെയുണ്ടാവുകയില്ലെങ്കിൽ പിന്നെ എന്തിനാണ് നാം ഭാവിയെയോ വർത്തമാനത്തെയോ കുറിച്ചോർത്ത് വ്യാകുലപ്പെടുന്നത്.

2. വാബി സാബി കല

ഇത് ഒരു സൗന്ദര്യാത്മകമായ കലയാണ്. ആ കലയെക്കുറിച്ച് ആഴത്തിൽ പഠിക്കാൻ നമ്മെ അനുവദിക്കുന്നതിന് മുമ്പ്

ഈ ആശയത്തെ മനസ്സിലാക്കുന്നത് നമുക്ക് ചുറ്റുമുള്ള വസ്തുക്കളുടെ ആത്മാവിനെ അടുത്തറിയാനും അഥവാ നമ്മുടെ വീടിന്റെ തന്നെ ആത്മാവിനെ അറിയാനും നമ്മെ സഹായിക്കുന്നു.

വാബി സാബി കലയുടെ മൂന്ന് ഉദാഹരണങ്ങൾ :

- പരമ്പരാഗതമായ ജാപ്പനീസ് വീട് പുതുക്കി പണിയുമ്പോൾ അതിലുപയോഗിച്ചിരിക്കുന്ന നൂറ് വർഷത്തോളം പഴക്കമുള്ള തടികളിലെ വിള്ളലുകൾ അതുപോലെ തന്നെ നിലനിർത്തുന്നു.
- ഒരു ചായക്കപ്പ് നിലത്ത് വീണ് പല കഷണങ്ങളായി ഉടഞ്ഞു, ഇത് *കിൻസുഗി* വിദ്യയുപയോഗിച്ച് പുനർനിർമ്മിച്ച് സൂക്ഷിക്കുന്നു.
- കഥാപാത്രങ്ങളുടെ അപൂർണ്ണതയെ പ്രധാന പ്രമേയമാക്കിക്കൊണ്ട് അവരുടെ ജീവിതത്തെ ചിത്രീകരിക്കുന്ന ഒരു സിനിമ. എന്റെ രാജ്യക്കാരനായ യസുജിറോ ഒസുവിന്റെ സിനിമകൾ പ്രധാനമായും വാബിസാബിയാണ്.

3. വാബി സാബി എന്ന ജീവിത ശൈലി

വാബി സാബിയുടെ തത്ത്വശാസ്ത്രപ്രകാരം നാം ജീവിച്ചില്ലെങ്കിൽ അതിനെ മനസ്സിലാക്കുവാനോ അനുഭവിക്കുവാനോ പ്രയാസമാണ്. ഈ മൂന്നാമത്തെ ഭാഗത്തിൽ അതിന്റെ തത്ത്വശാസ്ത്രത്തെ ദൈനംദിന ജീവിതത്തിൽ അവതരിപ്പിക്കുന്നു. അതിലൂടെ ജീവിതത്തെ മെച്ചപ്പെടുത്താനുള്ള ചില ആശയങ്ങളെ നമുക്ക് കാണാനാകുന്നു.

1. പഴയ വസ്തുക്കൾ ഉപയോഗിക്കുന്നത് തുടരുക എന്നാൽ അവയെ പഴയ സുഹൃത്തുക്കളെപ്പോലെ പരിഗണിക്കുക.
2. സാമൂഹികവും കച്ചവടപരവുമായ അവസരങ്ങളോട് വേണ്ട എന്ന് പറയാൻ പഠിക്കുക. കാരണം പുറമേയ്ക്ക് കാണുന്നതുപോലെയുള്ളവ ആയിരിക്കില്ല അവ.

3. ജീവിതം നൽകുന്ന അപൂർണ്ണതകളിൽ ക്ഷുഭിതമാകുന്നത് ഒഴിവാക്കുക. കാരണം ഒരു മനുഷ്യനും കുറ്റമറ്റ ജീവിതം ജീവിയ്ക്കുന്നില്ല.
4. സംഭവങ്ങളെ അതേപടി സ്വീകരിക്കുക. വിധിയുടെ യാദൃശ്ചികതകളെ ഉൾക്കൊള്ളുക. ആ മാറ്റത്തെ ഏറ്റവും മികച്ച രീതിയിൽ ഉപയോഗിക്കുക. ആ ജീവിതത്തിൽ നിങ്ങൾ നിങ്ങളുമായും നിങ്ങളുടെ ചുറ്റുപാടുമായും നിങ്ങളുടെ സുഹൃത്തുകളുമായും സ്വരലയത്തിലാകുക.
4. പ്രകൃതിയുമായി ഇണങ്ങി ജീവിയ്ക്കുക. നാട്ടിൻപുറങ്ങളിൽ നടക്കാൻ പോകുകയോ നിങ്ങളുടെ പൂന്തോപ്പിലെ ചെടികളുമൊത്ത് സമയം ചെലവഴിക്കുകയോ അല്ലെങ്കിൽ നിങ്ങളുടെ വരാന്തയിൽ വെറുതെ ഇരിയ്ക്കുകയോ ചെയ്യാം.
5. വാബി സാബിയുടെ സൗന്ദര്യാത്മക തത്ത്വങ്ങൾ പിന്തുടരാൻ സഹായിക്കുന്ന ഏതെങ്കിലും കല അഭ്യസിക്കാവുന്നതാണ്.

ചക്രവാളത്തിലുള്ള ഈ മൂന്ന് മാനങ്ങളുപയോഗിച്ച് ജീവിതത്തിന്റെ സ്വഭാവത്തിലേയ്ക്കും യാഥാർത്ഥ്യത്തിലേയ്ക്കുമുള്ള പരിവർത്തനോന്മുഖമായ യാത്ര ആരംഭിക്കാൻ നാം തയ്യാറെടുത്ത് കഴിഞ്ഞു.

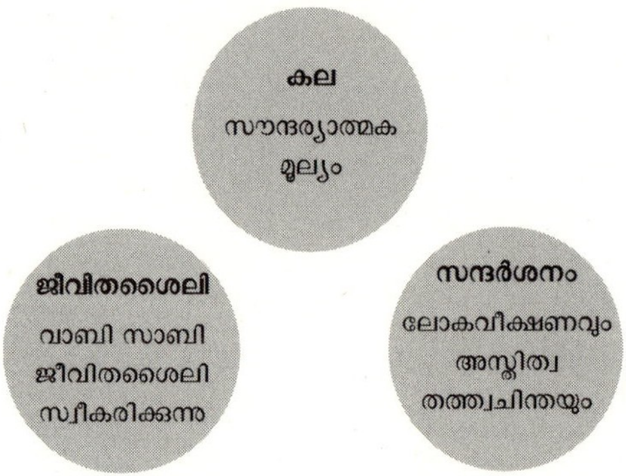

I

വാബി സാബി തത്ത്വശാസ്ത്രം

ധ്യാന വെളിവുകൾ

യഥാർത്ഥ ലോകത്ത് പരിപൂർണ്ണത എന്നൊന്നില്ല.
അത് മനുഷ്യരുടെ മനസ്സിൽ മാത്രം നിലനില്ക്കുന്നതാണ്.
ദേവന്മാർ പോലും പൂർണ്ണരല്ല. അവർ പൂർണ്ണരാകാൻ
ശ്രമിക്കുന്നുമില്ല. ദേവന്മാർ പൂർണ്ണരല്ലെങ്കിൽ,
അങ്ങനെയാകാൻ ശ്രമിക്കുന്നില്ലെങ്കിൽ, പിന്നെ
നമ്മൾ മനുഷ്യർ എന്തിനാണ് പൂർണ്ണത
കൈവരിക്കാൻ ആഗ്രഹിക്കുന്നത്?

ആശയത്തിന്റെ ഉത്ഭവം

"സാരാംശത്തിലേയ്ക്ക് സാവധാനം പോയാലും മതി,
എന്നാൽ അതിലെ കവിത നീക്കം ചെയ്യരുത്."

—ലിയോനാർഡ് കോറൻ

വിവർത്തനം ചെയ്യാൻ ബുദ്ധിമുട്ടുള്ള ഒന്നാണ് വാബി സാബി. അതിനെ കൃത്യമായി നിർവ്വചിക്കുന്നത് അസാധ്യമാണ്. അങ്ങനെ ചെയ്യുന്നത് ഏത് സാഹചര്യത്തിലും എന്റെ ഭാഷയോടുള്ള ബഹുമാനക്കുറവിനെ കാണിക്കുന്നതാകും. ഭാഷയിലും അതുപോലെ തന്നെ ജീവിതത്തിലുമുള്ള ഈ അനിശ്ചിതത്വം ജപ്പാൻകാർ പൊതുവെ ഇഷ്ടപ്പെടുന്നു.

അനിശ്ചിതത്വം മനോഹരമാണ്, കാരണം അത് വ്യത്യസ്ത സാധ്യതകളിലേയ്ക്കുള്ള വാതായനങ്ങൾ തുറന്നുവെയ്ക്കുന്നു.

ജപ്പാൻകാർ അവരുടെ നിത്യജീവിതത്തിൽ എത്രത്തോളം വാബി സാബി അനുഭവിക്കുന്നുണ്ട് എന്ന് കഴിയാവുന്നിടത്തോളം വിശദീകരിക്കുക എന്നതാണ് ഈ പുസ്തകത്തിന്റെ ലക്ഷ്യം. അല്ലാതെ വാബി സാബിയെ ഒരു നിശ്ചിത വ്യാഖ്യാനത്തിൽ കുത്തിയിറക്കുക എന്നതല്ല.

നമ്മൾ ആ പദത്തെ മാത്രമെടുക്കുകയാണെങ്കിൽ അത് *വാബി, സാബി* എന്ന രണ്ട് പദങ്ങൾ ചേർന്നതാണ്. ഈ രണ്ട് വാക്കുകൾ സ്വതന്ത്രമായി ഉപയോഗിക്കാമെങ്കിലും ഒരു കാന്തികശക്തി അതിനെ പിരിയ്ക്കാൻ അനുവദിക്കാത്തതുപോലെ

മിക്കവാറും ഒന്നിച്ചാണ് ഉപയോഗിക്കാറ്. അവയുടെ രണ്ടിന്റെയും ചേർച്ചയെ ചരിത്രത്തിലൂടെ മാത്രമേ മനസ്സിലാക്കാൻ സാധിക്കുകയുള്ളൂ.

രണ്ട് പദങ്ങളുടെ ഉത്ഭവം

വിചിത്രമെന്ന് പറയട്ടെ, രണ്ട് പദങ്ങളുടെയും ആരംഭം ഋണാത്മകമായ അർത്ഥതലത്തോടെയാണ്, എന്നാൽ ആ അർത്ഥതലം നൂറ്റാണ്ടുകളുടെ ഒഴുക്കിൽ അപ്രത്യക്ഷമാവുകയാണുണ്ടായത്. അവയുടെ ഉത്ഭവങ്ങളിലേയ്ക്ക് കടന്നുചെല്ലുമ്പോൾ അതെന്നിൽ ഗൃഹാതുരത്വം ഉണർത്തുകയാണ് ചെയ്യുന്നത്.

പതിനാലാം നൂറ്റാണ്ടിൽ ആധുനിക ജാപ്പനീസ് ഭാഷ രൂപപ്പെടുന്നതിന് മുമ്പ് സെൻ പാരമ്പര്യം പിന്തുടരുകയും പ്രകൃതിദത്തമായ അന്തരീക്ഷത്തിൽ ഏകാന്തവാസം നയിക്കാനായി പുറപ്പെടുകയും ചെയ്തിരുന്ന സന്ന്യാസിമാരാണ് *വാബി* എന്ന വാക്ക് ഉപയോഗിക്കാൻ തുടങ്ങിയത്. പ്രകൃതിയിൽ ആരുടേയും സമ്പർക്കമില്ലാതെ ജീവിക്കുമ്പോൾ അനുഭവപ്പെടുന്ന ഏകാന്തതയെ പ്രകടിപ്പിക്കാനാണ് ഈ സന്ന്യാസിമാർ *വാബി* എന്ന വാക്ക് ഉപയോഗിച്ചിരുന്നത്.

എന്താണ് ഈ ഏകാന്തതയുടെ രുചി?

എത്രതരം ഏകാന്തതകളാണുള്ളത്?

ഏകാന്തത എന്ന പൊതു വികാരം പ്രകടിപ്പിക്കുവാൻ അവർക്ക് മറ്റ് വാക്കുകളുണ്ടായിരുന്നു. എന്നാൽ പ്രകൃതിയോടൊപ്പമായിരിക്കുമ്പോൾ അനുഭവപ്പെടുന്ന പ്രത്യേകതരം ഏകാന്തതയ്ക്ക്, ഉദാഹരണത്തിന് കാട്ടിൽ തനിച്ചായിരിക്കുമ്പോഴുള്ള സവിശേഷമായ സാഹചര്യത്തെ സൂചിപ്പിക്കുവാൻ അവർ *വാബി* എന്ന വാക്ക് ഉപയോഗിച്ചു.

എന്നാൽ കാലാന്തരത്തിൽ ഈ പദത്തിന്റെ അർത്ഥം പരിണമിച്ചു, ഇന്ന് *വാബി* എന്നതിന് ഉപരതി, നാട്ടിൻപുറ

ത്തിന്റെ ലാളിത്യം, അപൂർണ്ണതയുടെ മനോഹാരിത എന്നെല്ലാമാണ് അർത്ഥം.

ഈ ആശയത്തെ രൂപപ്പെടുത്തുന്ന രണ്ടാമത്തെ വാക്കും സെൻ ബുദ്ധമതത്തിന്റെ അന്തരീക്ഷത്തിൽ നിന്നുതന്നെയാണ് ഉയർന്നുവന്നത്. മുമ്പ് *സാബി* എന്ന വാക്ക് ധനാത്മകമല്ലാത്ത അഥവാ മോശമായ എല്ലാത്തിനെയും സൂചിപ്പിക്കുന്നതായിരുന്നു. അഴുകിയതോ, വാടിപ്പോയതോ, കേടായതോ ആയ എന്തിനെയും വിശദീകരിക്കാൻ അത് ഉപയോഗിച്ചു. കാലക്രമത്തിൽ അതിന്റെ അർത്ഥത്തിന് ഒരു ധനാത്മകമായ അർത്ഥതലം കൈവന്നു. ഇന്ന് *സാബി* എന്നതിന് ഒരു നിശ്ചിത പ്രായവും അനുഭവവും നമ്മളിലേയ്ക്ക് കൊണ്ടുവരുന്ന സൗന്ദര്യം, ശാന്തി എന്നെല്ലാമാണ് അർത്ഥം.

	വാബി	**സാബി**
ഇപ്പോഴത്തെ അർത്ഥം	• *ഗ്രാമീണമായ ലാളിത്യം* • *മറഞ്ഞിരിക്കുന്ന ചാരുത* • *പുതുമ, ശാന്തത* • *അപൂർണ്ണതയുടെ മനോഹാരിത*	• *പക്വത വന്ന അഥവാ പ്രായമായ സൗന്ദര്യവും ശാന്തതയും* • *അപൂർണ്ണതയെ ശ്ലാഘിക്കുമ്പോൾ ലഭിക്കുന്ന സന്തോഷം*
ചരിത്രപരമായ അർത്ഥം	• *പ്രകൃതിയിൽ ജീവിക്കുമ്പോൾ അനുഭവപ്പെടുന്ന ഏകാന്തത* • *തളർത്തുന്ന സാഹചര്യങ്ങളിൽ ജീവിക്കുക*	• *വാടിയത്* • *തുരുമ്പിച്ചത്* • *കേടായത്*

ലോകത്തുള്ള അപൂർണ്ണതയെ അംഗീകരിക്കുകയും ഇവിടെയുള്ള വസ്തുക്കളുടെ ക്ഷണികത അംഗീകരിക്കുകയും ചെയ്യുന്ന ഒരു വീക്ഷണത്തിലൂടെ ജീവിതത്തെയും പ്രപഞ്ചത്തെയും കാണാനുള്ള ഒരു വഴിയാണ് വാബി സാബി. അത് അപൂർണ്ണതയുടെയും അനിത്യതയുടെയും സൗന്ദര്യമാണ്.

ഒരു ആത്മീയ വീക്ഷണകോണിൽ നിന്ന് അത് സെന്നുമായി സങ്കീർണ്ണമായി ബന്ധപ്പെട്ടു കിടക്കുന്നു. ഇത് മുമ്പോട്ടുള്ള അദ്ധ്യായങ്ങളിലൂടെ നമുക്ക് കാണാം.

ധ്യാന വെളിവുകൾ

അതിൽനിന്ന് വേനലിന്റെ ഗന്ധം വരുന്നു,
പക്ഷേ ഞാൻ അത് തിരിച്ചറിയുമ്പോഴേയ്ക്കും
ഇലകൾക്ക് ഓറഞ്ച് നിറമായി, ശിശിരകാലം വന്നുചേർന്നു.
പെട്ടെന്നുതന്നെ എല്ലാം വെള്ള മേലാപ്പിന് കീഴിലായി,
ശൈത്യകാലം വന്നുചേർന്നു.

മഞ്ഞുരുകി പൂക്കൾ ഭൂമിയിലേയ്ക്ക് നിറങ്ങൾ കൊണ്ടുവന്നു,
വസന്തം വന്നുചേർന്നു.

ഋതുക്കളുടെ ഈ മാസ്മര ചക്രത്തിലാണ് ഞാൻ ജീവിക്കുന്നത്,

പക്ഷേ ഒരു നാൾ ഞാൻ ഇവിടെയുണ്ടാവുകയില്ല.
എന്നാൽ അവർ എന്റെ അഭാവം വിസ്മരിച്ചുകൊണ്ട്
അവരുടെ അനന്തമായ പരിണാമങ്ങൾ തുടരും.

സെന്നും വാബി സാബിയും

"ആർക്കും ഒരേ നദിയിലേക്ക്
രണ്ടുതവണ കാലുകുത്താനാവില്ല."

—ഹെരാക്ലിറ്റസ്

ഒരു നിശ്ചിതത്ത്വത്തെ മുറുകെപ്പിടിച്ച് നിൽക്കാൻ ശ്രമിക്കുന്ന എന്തോ ഒന്ന് എന്നിലുണ്ട്. അതില്ലാതെ എനിക്ക് സന്തോഷിക്കാനോ സുരക്ഷിതത്വം അനുഭവിക്കാനോ കഴിയില്ലെന്ന് ഞാൻ ചിലപ്പോൾ കരുതാറുണ്ട്. എന്റെ ജീവിതത്തിൽ എല്ലാം സുസ്ഥിരവും കുറ്റമറ്റതുമാകുന്ന ഒരു ദിവസം വന്നുചേരാൻ ഞാൻ രഹസ്യമായി ആഗ്രഹിക്കാറുണ്ട്. എന്നാൽ അങ്ങനെയൊരു സ്വർഗ്ഗീയമായ അവസ്ഥ ഒരിക്കലും വന്നുചേരില്ലെന്ന് എനിക്കറിയാം. കാരണം ജീവിതത്തിൽ സ്ഥിരതയുള്ളത് മാറ്റത്തിന് മാത്രമാണ്. ബാഹ്യമായ പ്രവാഹമാണ് ആകെ നിലനിൽക്കുന്നതായിട്ടുള്ളത്. ഒന്നിനോടും പറ്റിനിൽക്കാനാവില്ല. നമ്മുടെ ഹൃദയം എത്ര തന്നെ ആഗ്രഹിച്ചാലും എത്തിച്ചേരേണ്ടതായ ഉറച്ച ഭൂമികയൊന്നുമില്ല.

ഇക്കാരണത്താൽ, എല്ലാം അശ്രാന്തമായി ഒഴുകിക്കൊണ്ടേയിരിക്കുന്നു എന്ന വസ്തുത അംഗീകരിക്കുക എന്നതാണ് സന്തോഷത്തിനുള്ള ഏക മാർഗ്ഗം.

ഈ തിരിച്ചറിവാണ് ബൗദ്ധചിന്താപദ്ധതിയുടെ താക്കോലുകളിലൊന്ന്. ജപ്പാനിൽ ബുദ്ധമതം സെൻ എന്നാണ് അറിയ

പ്പെടുന്നത്. സെന്നിലും ഈ തിരിച്ചറിവാണ് ജീവിതത്തിന്റെ ആദ്യ താക്കോലായി കണക്കാക്കപ്പെടുന്നത്.

ജീവിതത്തിനായി ബുദ്ധമതത്തിലുള്ള മൂന്ന് താക്കോലുകൾ

1. എല്ലാ ജീവന്റെയും ക്ഷണികത. (പാലിയിൽ അതിനെ *അനികാ* എന്നും ജപ്പാൻ ഭാഷയിൽ *മൂജോ* എന്നും പറയുന്നു.)
2. നമ്മുടെ ആഗ്രഹങ്ങളെ തൃപ്തിപ്പെടുത്താൻ പറ്റാതിരിക്കുക അഥവാ ദുഃഖമുണ്ടാകുക.
3. ശൂന്യത അഥവാ ഒന്നുമില്ലായ്മ. അഹങ്കാരത്തിന്റെ അഭാവം.

എല്ലാ മനുഷ്യരും ഈ സ്വഭാവസവിശേഷതകൾ പങ്കിടുന്നു എന്ന് മാത്രമല്ല അവ എല്ലാത്തിലും നിലനിൽക്കുകയും ചെയ്യുന്നു. അവ ജ്ഞാനശാസ്ത്രപരമായ മൂന്ന് സാർവ്വത്രിക സത്യങ്ങളാണ്. നമുക്കത് തെളിയിക്കുവാൻ ശാസ്ത്രമോ സങ്കീർണ്ണമായ മറ്റെന്തെങ്കിലും തന്നെയോ ആവശ്യമില്ല. എന്നിരുന്നാലും ചില പണ്ഡിതന്മാർ ഇപ്പോഴും അതിനെക്കുറിച്ച് പ്ലാറ്റോയെപ്പോലെ തർക്കിക്കുന്നു. പ്ലാറ്റോ തന്റെ സിദ്ധാന്തത്തിൽ പറയുകയുണ്ടായത് മാറ്റങ്ങൾക്കൊന്നും വിധേയമാകാത്ത ഒരു യഥാർത്ഥ സത്തയുണ്ട് എന്നാണ്.

1. നശ്വരതയെ സംബന്ധിച്ച് – ജീവിതത്തിന്റെ ആദ്യത്തെ താക്കോൽ

ജാപ്പനീസ് ഭാഷയിൽ *ഷോഗ്യോ മൂജോ* എന്ന ഒരു പ്രയോഗമുണ്ട്. അതിനർത്ഥം *ലോകത്തിലുള്ളതെല്ലാം അനന്തമായി നിരന്തരം മാറിക്കൊണ്ടിരിക്കുന്നു* എന്നാണ്. ലോകത്തുള്ളതൊന്നും സ്ഥായിയായി നിലനിൽക്കുന്നില്ല. നമ്മുടെ വികാരങ്ങൾ, ചിന്തകൾ, സ്വത്വം എന്നിവയെല്ലാം സമയത്തിന്റെ തുടർപ്രവാഹത്തിൽ ഒഴുകിക്കൊണ്ടേയിരിക്കുന്നു.

മാറ്റം എന്നാൽ എന്താണെന്ന് നമുക്കെല്ലാവർക്കും അറിയാം. നാം അത് കണ്ണുകൊണ്ട് കാണുന്നു, നമ്മുടെ വികാരങ്ങൾകൊണ്ട് അനുഭവിക്കുകയും ചെയ്യുന്നു. നാം അനു നിമിഷം മാറിക്കൊണ്ടേയിരിക്കുന്നു. ഗന്ധങ്ങൾ പ്രവഹി ക്കുന്നു, ശബ്ദങ്ങൾ ഒന്നിനുപുറകെ ഒന്നായി വന്നുചേരുന്നു, സ്വാദിഷ്ടമായ അത്താഴത്തിന്റെ രുചികൾ തുടർച്ചയായി മാറി ക്കൊണ്ടേയിരിക്കുന്നു.

അനന്തമായ ഒരു നിശ്ചലാവസ്ഥയിൽ കുടുങ്ങിക്കിടക്കുക യാണെങ്കിൽ സംഗീതം സംഗീതമല്ലാതായി മാറും. ഇത് തന്നെ നമ്മുടെ ജീവിതത്തിനും ബാധകമാണ്.

നമ്മുടെ ശരീരത്തിന്റെ യൗവനം ക്ഷണികമാണെന്ന് നമു ക്കറിയാം. നമ്മൾക്കെല്ലാം പ്രായമാകുകയും നാമെല്ലാം മരിക്കു കയും ചെയ്യും. നശ്വരത എന്നത് നമ്മുടെയും നമ്മെ വലയം ചെയ്തിരിക്കുന്ന എല്ലാറ്റിന്റെയും ഭാഗമാണ്. ഏഷ്യയിൽ മാത്ര മല്ല. ബുദ്ധന്റെ ജനനത്തിന്റെ ഏതാണ്ട് അതേ സമയത്ത് തന്നെ ലോകത്തിന്റെ മറ്റു ഭാഗങ്ങളിലും ആളുകൾ അവരെ വലയം ചെയ്തിരിക്കുന്ന ഈ നശ്വരതയെക്കുറിച്ച് പഠിക്കാനും പരിഗ ണിക്കുവാനും ആരംഭിച്ചിരുന്നു.

ബി.സി 480-ൽ ഹിമാലയത്തിനടുത്താണ് സിദ്ധാർത്ഥ ഗൗതമൻ ജനിച്ചത്. ഇവിടെ നിന്നും ആയിരക്കണത്തിന് കിലോ മീറ്റർ അകലെ പുരാതന തീരദേശ നഗരമായ എഫിസസിൽ ബി.സി 535-ലാണ് സോക്രട്ടീസിന് മുമ്പുള്ള തത്ത്വചിന്തക നായ ഹെരാക്ലീറ്റസിന്റെ ജനനം.

ഹെരാക്ലീറ്റസിന്റെ ചിന്താധാരയുടെ അടിസ്ഥാന സത്യ ങ്ങളിലൊന്ന് *പാന്റെ റെയ്* (എല്ലാം പ്രവഹിക്കുന്നു) എന്ന താണ്. ബുദ്ധമതത്തിന്റെ ജീവിതത്തിലേയ്ക്കുള്ള ആദ്യ താക്കോ ലിന് സമാനമാണിത്.

ജർമ്മൻ തത്ത്വചിന്തകനായ കാൾ ജാസ്‌പേഴ്‌സ് ഇതിനെ *ആക്സിയൽ ഏജ്* എന്ന് വിളിച്ചു. ലോകത്തിന്റെ വിവിധ ഭാഗത്തുള്ള മനുഷ്യരാശി അവനവനെക്കുറിച്ച് ബോധവാന്മാരാ

കുകയും സമാനമായ നിഗമനങ്ങളിൽ എത്തുകയും ചെയ്ത ബൗദ്ധികമായ വ്യക്തതയുടെ സമയം എന്നതാണ് അതിന്റെ അർത്ഥം.

ജീവിതത്തിന്റെ ആദ്യ താക്കോൽ എന്ന ഈ സങ്കല്പത്തെ കലയിൽ കാണാവുന്നതാണ്. അത് പലപ്പോഴും ക്ഷണികതയെയും, സമയം കടന്നുപോകുന്നതിനെയും, നമ്മുടെ അസ്തിത്വത്തിന്റെ ഹ്രസ്വകാല സ്വഭാവത്തെയും, പ്രകടമാക്കുന്നവയായിരുന്നു.

നമ്മുടെദൈനംദിനജീവിതത്തിൽഇത്പ്രയോഗിക്കുമ്പോൾ നശ്വരത എന്നത് ഓരോ ദിവസവുമുള്ള ഒഴുക്കിലേയ്ക്കുള്ള ക്ഷണമാണ്. ഭൂതകാലത്തിന്റെ ഭാരങ്ങളിൽ പെട്ട് താണുപോകാതെ, ഭാവിയുടെ അനിശ്ചിതത്ത്വത്തെക്കുറിച്ചോർത്ത് ഭയപ്പെടാതെ ഇവിടെ ഇപ്പോഴുള്ളതിനെ ആസ്വദിക്കാനുള്ള ക്ഷണമാണത്.

2. ദുഃഖങ്ങളെ സംബന്ധിച്ച് – ജീവിതത്തിലേയ്ക്കുള്ള രണ്ടാമത്തെ താക്കോൽ

ജാപ്പനീസ് ഭാഷയിൽ *ദുഃഖം* എന്ന വാക്കിനെ കൃത്യമായി ധ്വനിപ്പിക്കുന്ന ഒരു വാക്കില്ല. പാശ്ചാത്യരുപയോഗിക്കുന്ന ദുരിതം (Suffering) എന്ന വാക്കിന്റെ ധ്വനി മറ്റൊന്നാണ്. നമുക്ക് ജീവിതത്തിന്റെ താഡനമേൽക്കുമ്പോൾ ഉണ്ടാകുന്ന മോശമായ സമയം എന്നതാണത്. *ദുഃഖം* എന്ന വാക്ക് ഈ അവസ്ഥയെയും ഉൾക്കൊള്ളുന്നുണ്ട് എന്നത് ശരിയാണ്. അതിന്റെ ശരിയായ അർത്ഥം നാം നിരന്തരമായി അനുഭവിക്കുന്ന അസംതൃപ്തിയോട് അടുത്ത് നിൽക്കുന്നതാണ്.

ദുഃഖം അഥവാ അസന്തോഷം എന്നത് നമുക്കും നമ്മുടെ "ഇനിയും വേണം" എന്ന ആഗ്രഹത്തിനും ഇടയിൽ വരുന്ന അകലമാണ്. അത് നാം ഒരിക്കലും ലഭിക്കാനിടയില്ലാത്തതിനെ ആഗ്രഹിക്കുകയും അത് ലഭിക്കാതിരിക്കുകയും ചെയ്യുമ്പോൾ ഉണ്ടാകുന്നതാണ്, ഇവിടെ നമ്മൾക്കൊരിക്കലും സംതൃപ്തി ലഭിക്കുന്നില്ല. ഈ വലുതോ ചെറുതോ ആയ നിരാശ ഒരു ശൂന്യതയായി, നമ്മുടെ ഉള്ളിലെ നിഗൂഢമായ ഒരു ഗർത്തമായി പരി

വർത്തനം ചെയ്യപ്പെടുന്നു. ഇത് അടുത്ത ലക്ഷ്യം തേടാൻ നമ്മെ പ്രേരിപ്പിക്കുന്നു.

ഇത് ചിലപ്പോൾ വളരെ സങ്കീർണ്ണമായ അസ്തിത്വപരമായ ഒന്നായിരിക്കാം, അല്ലെങ്കിൽ സദ്യകഴിച്ച് അല്പനേരത്തേയ്ക്ക് ഒരു സംതൃപ്തി തോന്നിയതിന് ശേഷം ഉടൻ ഒരു ചോക്ലേറ്റ് തിന്നാൻ ആഗ്രഹിക്കുകയോ അല്ലെങ്കിൽ ഉറങ്ങാൻ ആഗ്രഹിക്കുകയോ ചെയ്യുകയും എന്നാൽ അടുത്ത് ഒരു ചോക്ലേറ്റോ മെത്തയോ ഇല്ലാത്തതിനാൽ അത് സാധിക്കാതിരിക്കുകയും ചെയ്യുമ്പോൾ ഉണ്ടാകുന്ന അത്രയും ലളിതവുമായ അസംതൃപ്തിയോ ആയിരിക്കാം.

നമ്മുടെ ഇപ്പോഴുള്ള യാഥാർത്ഥ്യവും നാം നേടാൻ ആഗ്രഹിക്കുന്നതും തമ്മിലുള്ള വിടവ് എത്രത്തോളം ചെറുതാണോ നമ്മുടെ ദുഃഖവും അസന്തോഷവും അത്രയും ചെറുതായിരിക്കും. അത് എത്രത്തോളം നിലനിന്ന് വിപുലമാകുന്നുവോ അത്രത്തോളം നമ്മുടെ ദുഃഖത്തിന്റെ വ്യാപ്തിയും ഏറിക്കൊണ്ടിരിക്കും. ഇതിനെ ഒരു ഫോർമുലയിലേയ്ക്ക് ചുരുക്കി ഇങ്ങനെ പറയാം : *നാം ജീവിക്കുന്ന യാഥാർത്ഥ്യത്തെ നമ്മുടെ ആഗ്രഹം എന്നതുകൊണ്ട് കിഴിയ്ക്കുമ്പോൾ ലഭിക്കുന്നതാണ് നമ്മുടെ സന്തോഷത്തിന്റെ അളവ്.*

ഇപ്പോഴത്തെ യാഥാർത്ഥ്യം

(ഈ വിടവ് നമ്മുടെ അസന്തോഷം അഥവാ *ദുഃഖമാണ്. അത് എത്ര ചുരുങ്ങുന്നുവോ നാം അത്രയും കുറവേ കഷ്ടപ്പെടുകയുള്ളൂ.*)

ആഗ്രഹം

(നാം സങ്കല്പിക്കുന്ന പൂർണ്ണതയുള്ള യാഥാർത്ഥ്യം.
നാം നേടാൻ ആഗ്രഹിക്കുന്നത്. നമുക്ക് വേണ്ടത് പക്ഷേ
അത് ഇപ്പോൾ നമ്മുടെ കൈയ്യിലില്ല)

സന്തോഷത്തിന്റെ ഫോർമുല :

സന്തോഷം = യാഥാർത്ഥ്യം – ആഗ്രഹങ്ങൾ

ഏറ്റവും മികച്ച സാഹചര്യം. നമ്മുടെ ആഗ്രഹങ്ങൾ പൂജ്യത്തിന് തുല്യമാണെങ്കിൽ നമ്മുടെ സന്തോഷം *ദുഃഖത്തിൽ* നിന്ന് അഥവാ അസന്തോഷത്തിൽ നിന്ന് മോചിതമായിരിക്കും.

3. ശൂന്യതയെ സംബന്ധിച്ച് – ജീവിതത്തിന്റെ മൂന്നാമത്തെ താക്കോൽ

ജാപ്പനിസ് ഭാഷയിൽ കു എന്ന വാക്ക് ശൂന്യതയെ പ്രതിനിധീകരിക്കുന്നു. ഇത് വാച്യാർത്ഥത്തെയും ബുദ്ധമതത്തിലുപയോഗിക്കുന്ന രൂപകാർത്ഥത്തെയും സൂചിപ്പിക്കുന്നു. എന്നാൽ ഞാൻ സംസ്കൃതത്തിലുള്ള പദമായ *ശൂന്യത* എന്നത് ഉപയോഗിക്കാനാണ് ആഗ്രഹിക്കുന്നത്. കാരണം അതിന്റെ അർത്ഥം ജാപ്പനീസ് പദത്തേക്കാൾ ആഴത്തിലുള്ളതാണ്. അത് കൂടുതൽ ശക്തമാണ്.

ശൂന്യത എന്ന സംസ്കൃത പദത്തെ *ഒന്നുമില്ലായ്മ*, *പൊള്ളയായത്* എന്നെല്ലാം പരിഭാഷപ്പെടുത്താവുന്നതാണ്. ശൂന്യം എന്ന വാക്കിൽ നിന്നാണ് അത് ഉത്ഭവിക്കുന്നത്. അതിനർത്ഥം പൂജ്യം, ഒന്നുമില്ലായ്മ എന്നെല്ലാമാണ്. അതോടൊപ്പം '-*ത*' എന്ന് ചേർക്കുന്നു. *ത* എന്നാൽ "അത് എന്താണോ" എന്നാണർത്ഥം." അപ്പോൾ ശൂന്യത എന്നതിനെ "ശൂന്യമായിരിക്കുന്ന ഏതോ അത്" എന്ന് പരിഭാഷപ്പെടുത്താം.

യാഥാർത്ഥ്യത്തിന്റെയും പ്രപഞ്ചത്തിന്റെ തന്നെയും അടിസ്ഥാന ഘടകമാണ് *ശൂന്യത*. ഈ പ്രപഞ്ചം ഒരളവുവരെ ശൂന്യമാണ്. പക്ഷേ ഒരു വ്യക്തി ഭൗതീകമായ ആശകളിൽ നിന്ന് മുക്തമായിരിക്കുന്ന വൈകാരികാവസ്ഥയെക്കൂടി ശൂന്യത എന്ന പദം പ്രതിനിധീകരിക്കുന്നു.

ചില സിദ്ധാന്തങ്ങൾ അനുസരിച്ച് *ശൂന്യത* എന്നത് എല്ലാമാണ്. കാരണം നിലനിൽക്കുന്നതെല്ലാം ശൂന്യമാണ്.

മനുഷ്യരായ നമുക്ക് കാര്യങ്ങൾ ഇപ്പോൾ ഉള്ളതുപോലെ അനുഭവപ്പെടുമ്പോൾ, അതായത് നമ്മുടെ മനസ്സ് യാഥാർത്ഥ്യത്തിലേക്ക് ഒന്നും ചേർക്കുന്നുമില്ല അതിൽ നിന്ന് ഒന്നും കുറയ്ക്കുന്നുമില്ല, എത്തിച്ചേരാനാകുന്ന മാനസികവും ശാരീരികവുമായ അവസ്ഥയായി ശൂന്യതയെ കണക്കാക്കാവുന്നതാണ്. നിങ്ങളെപ്പോഴെങ്കിലും സമുദ്രതീരത്തെ സന്ധ്യകൾ ആസ്വദിച്ചിട്ടുണ്ടോ? നക്ഷത്രങ്ങളെ പ്രകാശിക്കാൻ അനുവദിച്ചുകൊണ്ട് സൂര്യൻ അപ്രത്യക്ഷമാകുന്നത് നിരീക്ഷിക്കുമ്പോൾ, തിരകളുടെ ശബ്ദം ശ്രവിക്കുമ്പോൾ, അല്ലെങ്കിൽ കടൽക്കരയിലെ വായു ഉള്ളിലേയ്ക്ക് ശ്വസിക്കുമ്പോൾ, നിങ്ങൾക്കെപ്പോഴെങ്കിലും പ്രകൃതിയുമായി ലയിച്ചു ചേരുന്നതായി അനുഭവപ്പെട്ടിട്ടുണ്ടോ? അതായത് നിങ്ങൾ അതിനോട് ഒന്നും കൂട്ടിച്ചേർക്കുകയോ എടുത്തുമാറ്റുകയോ ചെയ്യാതെ വെറുതെ അതിന്റെ ഭാഗമായി നിൽക്കുന്നതായി തോന്നിയിട്ടുണ്ടോ?

അങ്ങനെയുണ്ടായിട്ടുണ്ടെങ്കിൽ നിങ്ങൾ ആ സമയം *ശൂന്യത*യുടെ നിമിഷങ്ങളിലായിരുന്നു.

ഇതിന് നേർവിപരീതമായ അവസ്ഥയിലാണ് നാം നിരന്തരമായി കുടുങ്ങിക്കിടക്കുന്നത്, നാം നമ്മുടെ മുന്നിലുള്ള യാഥാർത്ഥ്യത്തിന് നമ്മുടെ വികാരങ്ങളാലും കർമ്മങ്ങളാലും നിറംപകരുന്നു.

ഒരു ദൈനംദിന ഉദാഹരണമെടുക്കാം. ഞാൻ ഒരു സുഹൃത്തിന് സന്ദേശമയച്ചു, അവൾ അതിന് ഇതുവരെ മറുപടി തന്നില്ല. പത്തുനിമിഷങ്ങളേ കടന്നുപോയുള്ളുവെങ്കിലും, അവൾ എന്നെ ഒരു പക്ഷേ സ്നേഹിക്കുന്നുണ്ടാവില്ല എന്ന് ഞാൻ എന്നോടു തന്നെ പറയാൻ തുടങ്ങും. അവൾക്കെന്നെ മടുത്തോ? അതോ അവൾക്ക് എന്നെക്കാൾ നല്ല സുഹൃത്തുക്കളെ ലഭിച്ചുവോ? അതോ മറ്റുള്ളവരുമായി മറ്റെന്തെങ്കിലും പദ്ധതി പ്ലാൻ ചെയ്തിട്ടുണ്ടാകുമോ? എന്നിട്ടെന്താ എന്നെയും വിളിക്കാത്തത്? നമ്മുടെ അഹന്ത

എങ്ങനെയാണ് ആ സാഹചര്യത്തിന്റെ കടിഞ്ഞാൺ കയ്യിലെടുക്കുന്നതെന്ന് ഒന്ന് നിരീക്ഷിച്ചുനോക്കു. നാം നമ്മോടു തന്നെ ചോദിക്കുന്ന ഈ ചോദ്യങ്ങളെല്ലാം നമ്മുടെ ആത്മാഭിമാനവുമായി ബന്ധപ്പെട്ടതാണ്. നമ്മുടെ സുഹൃത്തിന് എന്തെങ്കിലും സംഭവിച്ചിരിക്കാം എന്ന ആശങ്ക നമ്മളെ അലട്ടുന്നതേയില്ല. നമ്മൾ ശരിക്കും വിഷമിക്കുന്നത് നമ്മുടെ അഹന്തയെക്കുറിച്ചാണ്. കാരണം നാം ഉപേക്ഷിക്കപ്പെട്ടതായി നമുക്ക് തോന്നുന്നു.

അഹങ്കാരം എപ്പോഴും നമുക്കും യാഥാർത്ഥ്യത്തിനുമിടയിൽ *ശൂന്യതയ്ക്ക്* ഇടം നല്കാതെ കടന്നുവരുന്നു.

പക്ഷേ ഇരുപത് മനിറ്റിന് ശേഷം നമ്മുടെ സുഹൃത്തിന്റെ മറുപടി വരുന്നു. അവൾ ഒരു പുസ്തകം വായിച്ചുകൊണ്ടിരിക്കുകയായിരുന്നു, അവളുടെ ഫോൺ വീടിന്റെ മറ്റൊരു ഭാഗത്ത് ചാർജ് ചെയ്യാൻ വച്ചിരിക്കുകയായിരുന്നു.

ഏത് തരം കലയിലും ബാധകമായ സൗന്ദര്യാത്മകമായ ആശയം എന്ന നിലയിൽ, ഒരു കലാസൃഷ്ടിയെ വാബി സാബിയായി കണക്കാക്കണമെങ്കിൽ ആ കലാസൃഷ്ടി *ശൂന്യത*യുടെ അനുശാസനങ്ങൾ പാലിക്കേണ്ടതുണ്ട്.

എന്റെ കലാസൃഷ്ടിയെ വാബി സാബിയായി പരിഗണിക്കണമെങ്കിൽ അത് ശൂന്യമാകേണ്ടതുണ്ടോ? എന്നായിരിക്കാം ഇപ്പോൾ നിങ്ങൾ നിങ്ങളോട് തന്നെ ചോദിക്കുന്നത്. അങ്ങനെ ആവണമെന്നില്ല.

നമ്മൾ ഒരു ശില്പം നിർമ്മിക്കുകയാണെന്ന് കരുതുക. അതിന് ശൂന്യതയുടെ സ്വഭാവമുണ്ടാകണമെങ്കിൽ അത് അതിന്റെ ചുറ്റുപാടുകളുമായി രമ്യമായി യോജിക്കണം. അതായത് അത് അതിന്റെ ചുറ്റുപാടുകളുടെ ഒരു ഭാഗമായിതന്നെ മാറണം. ആ ശില്പത്തിന് സ്വന്തമായി അസ്തിത്വമുള്ളതുപോലെ അതിന്റെ സാഹചര്യങ്ങളിൽ നിന്ന് വേറിട്ട് നിൽക്കരുത്. അതിൽ ഒന്നും തന്നെ ചേർക്കാനും അതിൽ നിന്ന് ഒന്നും തന്നെ എടുക്കാനുമില്ലാതാകുമ്പോൾ ആ ശില്പം പൂർത്തിയായി എന്നു പറയാവുന്ന

താണ്. അതിന് വിപരീതമായി ചെയ്യുമ്പോൾ ആ ശില്പത്തിന്റെ ഉദ്ദേശ്യം ആളുകളുടെ ശ്രദ്ധയെ അതിലേയ്ക്ക് ആകർഷിക്കുകയോ അതിശയകരം എന്ന് പറയുകയോ മാത്രമാണ്. അവിടെ കലാകാരന്റെ അഹന്തയാണ് ആ സൃഷ്ടിയിൽ മേൽക്കൈ നേടിയിരിക്കുന്നത്.

ഇതിന്റെ നേർ വിപരീതമാണ് വാബി സാബി കല. അവിടെ ശില്പിയെ ആ സൃഷ്ടിയിൽ കണ്ടെത്താനാവുകയില്ല – ആ സൃഷ്ടി പ്രപഞ്ചവുമായി ഒരു ശൂന്യതയുടെ പാരസ്പര്യത്തിലാണ്. അത് ഒരേ സമയം കലയുമാണ് പ്രപഞ്ചവുമാണ്.

നമ്മുടെ ജീവിതത്തിന്റെ കാര്യമെടുത്താൽ; ഒരു വാബി സാബി ജീവിതരീതി നയിക്കണമെങ്കിൽ ആവശ്യമുള്ളതിൽ കൂടുതൽ ഒന്നും അതിൽ ചേർക്കുകയോ എടുത്തുമാറ്റുകയോ ചെയ്യരുത്.

വാബി സാബി ശൂന്യതയ്ക്ക് ഒന്നും ചേർക്കാതിരിക്കുകയോ കുറയ്ക്കാതിരിക്കുകയോ എന്നത് മറ്റെന്തിനെക്കാളേറെ പ്രധാനമാണ്. ഇത് നമുക്ക് കലയിലും ജീവിതത്തിലും ഒരുപോലെ പ്രയോഗിക്കാവുന്നതാണ്.

ഇൻ പ്രെയ്സ് ഓഫ് ഷാഡോസ്

ഈ മൂന്നാമത്തെ ബുദ്ധമത താക്കോൽ നമുക്കൊന്ന് വിപുലീകരിക്കാം. പ്രത്യേകിച്ച് കലയിലുള്ള അതിന്റെ വിവക്ഷയെ ജൂനിചീറോ താനിസാക്കി എന്ന നോവലിസ്റ്റിന്റെ പ്രസിദ്ധമായ ഒരു നോവലിനെ ആസ്പദമാക്കി നമുക്കൊന്ന് അപഗ്രഥിക്കാം. ജപ്പാനിലെ ഏറ്റവും മികച്ച നോവലിസ്റ്റുകളിൽ ഒരാളായ അദ്ദേഹത്തെ നമ്മുടെ രാജ്യത്തിന് വെളിയിൽ പ്രസിദ്ധനാക്കുന്നത് 1933-ൽ അദ്ദേഹം എഴുതിയ *ഇൻ പ്രെയ്സ് ഓഫ് ഷാഡോസ്* എന്ന ലേഖനമാണ്.

വാബി സാബി വാസ്തുവിദ്യയെക്കുറിച്ചുള്ള ഈ പുസ്തകത്തിൽ അദ്ദേഹം പരമ്പരാഗത ജാപ്പനീസ് കലയെയും വാസ്തുവിദ്യയെയും കുറിച്ച് വാചാലനാകുന്നു, അതെങ്ങനെയാണ്

പാശ്ചാത്യ മാതൃകകളിൽ നിന്നും വ്യത്യസ്തമാകുന്നതെന്ന് വിശദീകരിക്കുന്നു.

പാശ്ചാത്യലോകം തെളിച്ചമുള്ളതും മിനുസ്സമുള്ളതും, ഋജ്ജുവായതും ചേർച്ചയുള്ളതുമായ കെട്ടുകളെ സ്വീകരിച്ചപ്പോൾ ജാപ്പനീസ് വാസ്തുവിദ്യ *ശൂന്യത*യുടെ ലാളിത്യത്തിൽ ശ്രദ്ധയൂന്നി. ഇവിടെ *ശൂന്യത* നിഴലുകളുടെ ശക്തിയെ തിരഞ്ഞെടുത്തു. അത് പലപ്പോഴും അസമമായ കെട്ടുകളുടെ സൗന്ദര്യമായിരുന്നു. ജപ്പാനിൽ കുറ്റമറ്റതും തിളക്കമുള്ളതുമായ ഒരു വസ്തുവിനെക്കാളേറെ ഹരിതാഭമായ ഒരു വസ്തുവിനെ വിലമതിക്കുന്നു.

ആ രസകരമായ ഉപന്യാസത്തിന്റെ ഒരു ഭാഗം നമുക്ക് നോക്കാം :

യഥാർത്ഥത്തിൽ അതാര്യമായ നിഴലുകളുടെ ഏറ്റക്കുറച്ചിലുകളാൽ നിർമ്മിക്കപ്പെട്ട ഒരു ജാപ്പനീസ് മുറിയ്ക്ക് ഭംഗിയ്ക്കായി മറ്റ് അനുബന്ധ ഘടകങ്ങളൊന്നും തന്നെ ആവശ്യമില്ല. ഇത് കാണുന്ന ഒരു പാശ്ചാത്യന് ആ മുറികളുടെ ശൂന്യതയിൽ ആശ്ചര്യം തോന്നിയേക്കാം. അതിലെ ചാരനിറത്തിലുള്ള നഗ്നമായ ചുമരുകൾ അവരുടെ ആശ്ചര്യത്തെ തികച്ചും പിൻതാങ്ങുന്നവയായിരിക്കാം. എന്നാൽ അതിൽ കാണപ്പെടുന്ന നിഴലുകളുടെ പ്രഹേളികയെ മനസ്സിലാക്കുന്നതിൽ അവർ പൂർണ്ണമായും പരാജയപ്പെട്ടു എന്നു തന്നെയാണ് നാം മനസ്സിലാക്കേണ്ടത്.

സ്വയത്തെ ശൂന്യതകൊണ്ട് നിറയ്ക്കുക

ശൂന്യത എന്നത് ഒരു ആത്മീയമായ അല്ലെങ്കിൽ വാസ്തുവിദ്യാ സംബന്ധമായ ആശയം മാത്രമല്ല. അത് ജീവിതത്തിനുള്ള പ്രചോദനം കൂടിയാണ്. ഈ ആനന്ദത്തിന്റെ ഉറവിടത്തെ വൈകാരികമായി തുറന്നുവിടാനും അതിനെ കൈകാര്യം ചെയ്യാനുമുള്ള ചില നിർദ്ദേശങ്ങൾ നല്കിക്കൊണ്ട് ഈ അദ്ധ്യായം അവ

സാനിപ്പിക്കാനുള്ള സ്വാതന്ത്ര്യം ഞാനെടുക്കട്ടെ. ഈ സമയത്ത് നിങ്ങളുടെ കലണ്ടറിലെ കുറച്ച് ദിവസങ്ങൾ പ്രത്യേകിച്ച് ഒരു പദ്ധതിയുമല്ലാതെ മാറ്റിവെയ്ക്കുക.

- ദിവസം പുരോഗമിക്കുന്നതോടൊപ്പം നിങ്ങൾക്ക് തോന്നുന്നതെന്തും ചെയ്യുക.
- നിങ്ങൾ ഇഷ്ടപ്പെടുന്ന ആരുടെയെങ്കിലും ഒപ്പം (അത് നിങ്ങൾ തന്നെയാവാം) ധാരാളം പച്ചപ്പുള്ള സ്ഥലങ്ങളിൽ കുറച്ച് നേരം ചുറ്റിനടക്കുക.
- കണ്ണുകളടച്ച് നിങ്ങളുടെ ശ്വാസത്തിൽ അഞ്ച് ഉറച്ച നിമിഷങ്ങൾ ശ്രദ്ധ കേന്ദ്രീകരിക്കുക

നിങ്ങളുടെ വീട്ടിൽ ഒരു *ശൂന്യത* മുറി ഉണ്ടാക്കുക :

- ഒരു മുറി പൂർണ്ണമായും ശൂന്യമാക്കിവെയ്ക്കുക. അതിൽ നിങ്ങൾക്ക് ധ്യാനിക്കുവാനോ വായിക്കുവാനോ ഇരിയ്ക്കുവാനോ ആയി ഒരു പരവതാനിയും രണ്ട് തലയിണകളും വയ്ക്കുക.
- ആ മുറിയിലുള്ള അലിഖിത നിയമം അതിലേയ്ക്ക് ഒരു ഇലക്ട്രോണിക് ഉപകരണത്തിനും പ്രവേശനമില്ല എന്നതായിരിക്കണം.
- നിങ്ങൾ ഒരു കട്ടിയുള്ള പെയിന്റ് ബ്രഷ് വാങ്ങി ഒരു വെള്ള പ്രതലത്തിൽ ഒരു വലിയ *എൻസോ* വൃത്തം വരച്ച് ആ രണ്ട് തലയിണയ്ക്കരികിലുള്ള സ്ഥലത്ത് വയ്ക്കുക.

ശൂന്യത നിങ്ങളെ പഠിപ്പിക്കുന്ന ഏറ്റവും പ്രധാനമായ പാഠം എന്തെന്നാൽ അല്പം ഭക്ഷണവും വെള്ളവും ഉറക്കവും നിങ്ങൾക്ക് ശ്വസിക്കാനുള്ള വായുവുമല്ലാതെ *നിങ്ങൾക്ക് സന്തുഷ്ടനാവാൻ* മറ്റൊന്നും തന്നെ ആവശ്യമില്ല എന്നതാണ്.

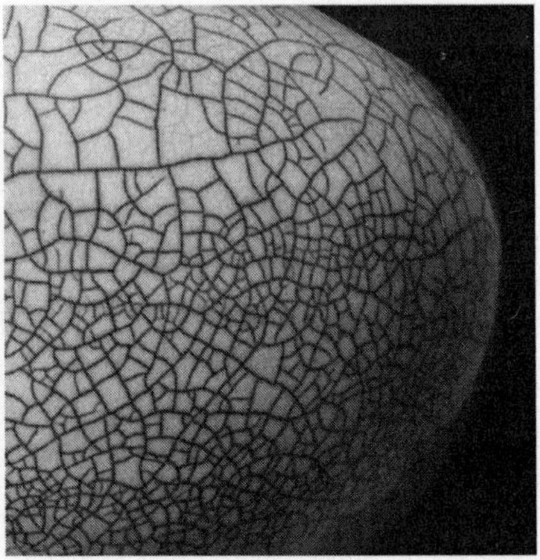

ധ്യാന വെളിവുകൾ

എന്റെ ശരീരത്തിനും മനസ്സിനും പ്രായമായി, അത്
കാലാനുസൃതമായി മാറിക്കൊണ്ടിരിക്കുന്നു.
പത്താമത്തെ വയസ്സിൽ എന്നിൽ ലോകത്തെ അറിയാനുള്ള
കൗതുകമല്ലാതെ മറ്റൊന്നുമുണ്ടായിരുന്നില്ല.
ഇരുപതിൽ സാഹസികതയും, അഭിനിവേശവും, കർമ്മങ്ങളും
എന്നിൽ നിറഞ്ഞു. മുപ്പതിൽ സ്ഥിരതയ്ക്കും ജീവതത്തിന്റെ
അർത്ഥത്തിനും വേണ്ടി കാംഷിച്ചു.
നാല്പതിൽ ഞാൻ സാഹസങ്ങളിലൂടെ അറിവുകൾ നേടി.
ഇപ്പോൾ അൻപത് വയസ്സിൽ ജീവിതം നിഗൂഢമാണെന്ന്
ഞാൻ മനസ്സിലാക്കുന്നു. അതുതന്നെയാണ്
അതിനെ രസകരമാക്കുന്നത്.
ഇനിയും ദശാബ്ദങ്ങൾ വരും എന്നതന്നെയാണ്
ഞാൻ പ്രതീക്ഷിക്കുന്നത്. അവയിലോരോന്നിലും എന്റെ
വീക്ഷണം എങ്ങനെയായിരിക്കുമെന്നറിയാൻ
ഞാൻ ആഗ്രഹിക്കുന്നു.

നിങ്ങളോടും മറ്റുള്ളവരോടും കാർക്കശ്യമുള്ളവരാകരുത്

"നമ്മളാരും തന്നെ വസ്തുനിഷ്ഠമായ ഒരു ലോകത്തിലല്ല, ആത്മനിഷ്ഠമായ ലോകത്താണ് ജീവിക്കുന്നത്. അതിന് അർത്ഥതലങ്ങൾ നല്കുന്നത് നാം തന്നെയാണ്. നിങ്ങൾ കാണുന്ന ലോകം ഞാൻ കാണുന്ന ലോകത്തിൽ നിന്ന് വ്യത്യസ്തമാണ്. നിങ്ങളുടെ ലോകത്തെ മറ്റൊരാളുമായി പങ്കുവെയ്ക്കുക എന്നത് അസാധ്യമായ കാര്യമാണ്."

—ഇച്ചീറോ കിഷ്മി

ജാപ്പനീസ് സംസ്ക്കാരം അതിന്റെ പ്രയത്നത്തിന് പേരുകേട്ടതാണ്. അതിനെ *ഗാൻബരിമസു* എന്ന പദപ്രയോഗം കൊണ്ട് വിശേഷിപ്പിക്കാം. *നിങ്ങൾക്ക് കഴിയുന്ന രീതിയിൽ ഏറ്റവും മികച്ചതായി ചെയ്യുക* എന്ന് അതിനെ വിവർത്തനം ചെയ്യാം. അതിനകത്തെ ഒരു വാക്കിനെ നാം വിശകലനം ചെയ്താൽ അതിന് പിടിവാശി എന്നർത്ഥമുണ്ട്, വലിച്ച് നീട്ടുക എന്നും അർത്ഥമുണ്ട്. അതിനാൽ ആ പദപ്രയോഗത്തിന് നിങ്ങളുടെ പിടിവാശിയെ എത്രത്തോളം വിലിച്ചുനീട്ടാൻ സാധിക്കുമോ അത്രയും വലിച്ചു നീട്ടുക എന്ന വാച്യാർത്ഥമെടുക്കാവുന്നതാണ്.

ജീവിതത്തിന്റെ ഈ പ്രധാന തത്ത്വം വിദ്യാർത്ഥികൾക്കും കായികതാരങ്ങൾക്കും പ്രത്യേകിച്ച് ഉപയോഗപ്രദമാണ്. പരീ

ക്ഷയ്ക്കോ മത്സരത്തിനോ മുൻപായി ഞങ്ങൾ അവരെ "ഗാൻ ബത്ത കുടസായി" കൊണ്ട് പ്രോത്സാഹിപ്പിക്കാറുണ്ട്. അതിനർത്ഥം നിങ്ങളുടെ കഴിവിന്റെ പരമാവധിയുപയോഗിച്ച് മികച്ച രീതിയിൽ പ്രവർത്തിക്കാൻ ഉപദേശിക്കും.

പരീക്ഷയ്ക്കോ മത്സരത്തിനോ ശ്രദ്ധ കേന്ദ്രീകരിക്കാനുള്ള ഒരു നല്ല മാർഗ്ഗമാണിത്. എന്നാൽ നമ്മുടെ ദൈനംദിന ജീവിതത്തിൽ ഇത് കർക്കശമായി പാലിക്കാൻ ശ്രമിച്ചാൽ അത് നമ്മുക്കെതിരെ തിരിയാനും സാധ്യതയുണ്ട്. വാബി സാബി തത്ത്വശാസ്ത്രം നമ്മെ ഓർമ്മിപ്പിക്കുന്നതുപോലെ ജീവിതം ഒരു മത്സരമല്ലാത്തതിനാൽ പൂർണ്ണതയ്ക്കുവേണ്ടിയുള്ള ആഗ്രഹം പോലും അസാധ്യമാണ്.

വാബിസാബി തത്വശാസ്ത്രത്തിന് വിരുദ്ധമായത്	വാബിസാബി തത്വശാസ്ത്രത്തിന് അനുകൂലമായത്
അജയ്യമായതിനെ പ്രശംസിക്കൽ, പൂർണ്ണതയ്ക്ക് വേണ്ടിയുള്ള ആഗ്രഹം	ദുർബ്ബലമായതിനെ ബഹുമാനിക്കുക
നമ്മുടെ വികാരങ്ങളുടെ നിയന്ത്രണത്തിൽ ആയി സമ്മർദ്ദം അനുഭവിക്കുക	നമ്മൾ അനുഭവിക്കുന്നതിനെ നിരീക്ഷിച്ചുകൊണ്ട് സജീവമായ ശാന്തത അനുഭവിക്കുക.
പൂർണ്ണത	അപൂർണ്ണത
മഹത്താണെന്ന ഭാവം	എളിമ
ആവശ്യമുള്ളതിലധികം കൂട്ടിച്ചേർക്കാൻ ശ്രമിച്ച് ഒടുവിൽ കുഴപ്പത്തിൽ ചെന്നു ചാടുന്നു	സത്യസന്ധത
വസ്തുക്കൾ എന്നെന്നേയ്ക്കുമുള്ളതാണെന്ന് കരുതുകയോ ആശിക്കുകയോ ചെയ്യുന്നു	എല്ലാത്തിന്റെയും നശ്വര സ്വഭാവത്തെ സ്വീകരിക്കുന്നു

ഭൂതകാലത്തെക്കുറിച്ചും ഭാവി കാലത്തെക്കുറിച്ചും അത് സ്ഥിരവും അചഞ്ചലവുമാണെ ന്നതുപോലെ യുക്തിസഹമായി ചിന്തിക്കുന്നു	ഇവിടെ ഇപ്പോഴുള്ളതിൽ ശ്രദ്ധ കേന്ദ്രീകരിക്കുന്നു
തിടുക്കം	ശാന്തത
മാനസികമായ ആശയക്കുഴപ്പം	മാനസികമായ വ്യക്തത

ഒരേ ആകാശം വ്യത്യസ്ത നക്ഷത്രങ്ങൾ

ഒരു പർവ്വതത്തിന്റെ മുകളിൽ എത്താൻ പരിശ്രമിക്കുമ്പോൾ നമ്മുടെ സഹപർവ്വതാരോഹകരെക്കൂടി ഉത്തേജിപ്പിച്ചുകൊണ്ട് കഠിനമായി പരിശ്രമിക്കുന്നത് നല്ലതാണ്. എന്നാൽ ഇതിനുള്ള സാഹചര്യം നിലനിൽക്കാത്തിടത്ത് ഈ മനോഭാവം നില നിർത്താൻ ശ്രമിക്കുന്നത് വിപരീതഫലം കൈവരിക്കാൻ മാത്രമേ ഉപകരിക്കൂ. ഇത് മറ്റുള്ളവരിൽ ക്ലേശവും ഉത്സാഹക്കുറവും അവനവനിൽ തന്നെ നീരസവും നിരാശയുമുണ്ടാക്കുകയും ചെയ്യും.

ഇത് സൗഹൃദങ്ങൾക്കിടയിലും അതിലുപരി ദാമ്പത്യ ത്തിലും വളരെ പ്രകടമാണ്.

നമ്മുടെ സുഹൃത്തുക്കൾ നമ്മുടെ പ്രതീക്ഷയ്ക്കൊത്തുയരു മെന്ന് കരുതുന്നത് ഉപയോഗശൂന്യമായ പ്രവൃത്തിയാണെന്ന് മാത്രമല്ല അത് തീർച്ചയായും ഏകാന്തതയിലേയ്ക്കുള്ള പാതയാണ്. കാരണം നമ്മൾ അവരോട് ഓരോരുത്തരോടായി അസ്വസ്ഥ രാകാൻ തുടങ്ങും. ഒടുവിൽ അവരെ ഒന്നൊന്നായി നഷ്ടപ്പെടും. നമ്മൾ അവരിൽ നിന്ന് വ്യത്യസ്തമായ പ്രതികരണം പ്രതീ ക്ഷിച്ച് നിരാശരാകുമ്പോൾ *"നിങ്ങളുടെ സ്ഥാനത്ത് ഞാനായി രുന്നെങ്കിൽ ഞാൻ ഇങ്ങനെ ചെയ്യുമായിരുന്നു"* എന്നെല്ലാം പറയാൻ തുടങ്ങും. വാസ്തവത്തിൽ മനുഷ്യാവസ്ഥയെ മനസ്സി ലാക്കുന്നതിലുള്ള അജ്ഞതയാണ് ഇതിനെല്ലാം കാരണം.

രണ്ടു വ്യക്തികൾ ഒരുപോലെ ചിന്തിക്കുകയോ പ്രതികരി

ക്കുകയോ ചെയ്യുകയില്ല, കാരണം അവർ രണ്ടുപേരും അവരുടെ യാത്രയുടെ രണ്ടു ഘട്ടങ്ങളിലാണ്. ഒരാൾക്കും മറ്റൊരാളായി മാറാൻ സാധിക്കുകയില്ല, കാരണം ഓരോരുത്തരും അവരുടേതായ ഇടങ്ങളിൽ നിന്നുകൊണ്ടാണ് പ്രപഞ്ചത്തെ നിരീക്ഷിക്കുന്നത്. "അത് ഓരോരുത്തരും വ്യത്യസ്തമായ സൗരയൂഥത്തിലെ വ്യത്യസ്തമായ ഗ്രഹങ്ങളിൽ ജീവിക്കുന്നവരാണ് എന്ന ഉപമയ്ക്ക് സമാനമാണ്. നമ്മളെല്ലാം ഒരേ നക്ഷത്ര സമൂഹങ്ങളാൽ ചുറ്റപ്പെട്ടിരിക്കുന്നു. എന്നാൽ കാഴ്ചക്കനുസൃതമായി അതിന്റെ രൂപരേഖകൾ മാറിക്കൊണ്ടിരിക്കുന്നു.

നമ്മുടെ സഹജമായ സ്വഭാവം, നമ്മൾ ജനിച്ച കുടുംബം, ജീവിതത്തിലുടനീളമുള്ള നമ്മുടെ അനുഭവങ്ങൾ എന്നിവയാൽ നിർമ്മിതമാണ് നമ്മൾ വസിക്കുന്ന ക്ഷീരപഥം. ഇതെല്ലാം തന്നെ നമ്മുടെ വീക്ഷണത്തെ സ്വാധീനിക്കുകയും ലോകത്തിന്റെ ഒരു മൂലയ്ക്ക് നമ്മുടേത് മാത്രമായ ഒരിടത്ത് നമ്മെ നിർത്തുകയും ചെയ്യുന്നു.

പിന്നെ, മറ്റൊരു ക്ഷീരപഥത്തിൽ മറ്റൊരു ആകാശത്തിന് കീഴിൽ ജീവിക്കുന്ന മറ്റുള്ളവർ നമ്മുടെ ആഗ്രഹത്തിന്, അത് തന്നെ നമ്മൾ പലപ്പോഴും പുറത്തേയ്ക്ക് പറയുകപോലും ചെയ്യാത്തവയ്ക്ക്, അനുസൃതമായി പ്രവർത്തിക്കണമെന്ന് നാം കരുതുന്നത് വിഡ്ഢിത്തമല്ലേ.

ദമ്പതികളിൽ ഒരു പാതി മറ്റേ പാതിയെ അവരുടെ ഇഷ്ടത്തിനനുസൃതമായി വാർത്തെടുക്കാൻ ശ്രമിക്കുമ്പോൾ വളരെ ഗുരുതരമായ പ്രത്യാഘാതങ്ങളോടെ സംഭവിക്കുന്നതും ഇതുതന്നെയാണ്. ഇവിടെ സംഘർഷങ്ങൾ പെരുകുന്നു. ഒടുവിൽ ഒരു വേർപിരിയലിലേയ്ക്ക് കടക്കുന്നു. ഓരോ വ്യക്തിയുടേയും സ്വഭാവങ്ങൾ സമാനതകളില്ലാത്ത രീതിയിൽ രൂപപ്പെട്ടിട്ടുള്ളതാണ്, അതിന് അതിന്റേതായ വിള്ളലുകളും ക്രമക്കേടുകളുമുണ്ടാകും. അവ ഇല്ലാതായാൽ ആ വ്യക്തി ആ വ്യക്തിയല്ലാതായി മാറും.

വാബി സാബി സ്നേഹം എന്നതുകൊണ്ട് അർത്ഥമാക്കുന്നത് വ്യക്തിയെ സമാനതകളില്ലാത്തതാക്കുന്ന സ്വഭാവസവി

ശേഷതകളോടുകൂടി തന്നെ സ്നേഹിക്കുക എന്നാണ്. അതിനെ പരസ്പര സമ്മതത്തോടെ പരിഷ്കരിക്കാൻ ശ്രമിക്കുന്നത് ആ ബന്ധത്തിനെ തന്നെ അപകടത്തിലാക്കുകയേയുള്ളൂ.

സത്യം എന്നത് നിലനിൽക്കുന്നുണ്ടോ?

1950-ൽ തന്റെ ഏറ്റവും പ്രശസ്തമായ *റാഷോമോൻ* എന്ന സിനിമയിൽ അകിര കുറസോവ വളരെ ശ്രദ്ധേയമായ ഒരു കഥ പറയുന്നു. പന്ത്രണ്ടാം നൂറ്റാണ്ടിലെ ക്യോട്ടോയിൽ നടക്കുന്നതായ ആ കഥയിൽ ഒരു കാട്ടിലെ പൊളിഞ്ഞ ക്ഷേത്രത്തിനരികിൽ വച്ച് നടക്കുന്ന ഒരു കൊലപാതകത്തിന്റെ ചുരുളഴിക്കാൻ ശ്രമിക്കുകയാണ് അധികാരികൾ. അന്വേഷകർക്ക് ആ സംഭവത്തിന്റെ നാല് വ്യത്യസ്തങ്ങളായ ആഖ്യാനങ്ങളാണ് ലഭിക്കുന്നത്. കൊല്ലപ്പെട്ട ആളുടെ ഭാര്യ പറയുന്നത്, ഒരു കൊള്ളക്കാരൻ പറയുന്നത്, സംഭവത്തിന്റെ ഏക സാക്ഷിയും ആ കൊല്ലപ്പെട്ട വ്യക്തിതന്നെ മറ്റൊരു മാധ്യമത്തിലൂടെ പറയുന്നത്.

ഈ നാല് വന്യമായ ആഖ്യാനങ്ങൾ കേട്ടുകഴിഞ്ഞപ്പോൾ സത്യമെന്താണെന്ന് മനസ്സിലാക്കുക അസാധ്യമാണെന്ന തിരിച്ചറിവിൽ അന്വേഷകർ എത്തിച്ചേരുന്നു.

1960-കളിൽ ഇന്ത്യയിലെ രഹസ്യവാദത്തിൽ നിന്ന് പ്രചോദനമുൾക്കൊണ്ട ഹിപ്പിസവും മറ്റും സത്യത്തിന്റെ നിലനിൽപ്പിനെ തന്നെ ചോദ്യം ചെയ്യുന്നതിലേയ്ക്ക് എത്തിച്ചേരുകയുണ്ടായി. *സ്ട്രോബറി ഫീൽഡ്സ് ഫോർ എവർ* എന്ന പാട്ടിൽ ബീറ്റിൽസ് പാടിയത് സത്യമായി ഒന്നും തന്നെയില്ല ഒന്നിനോടും വിധേയപ്പെടേണ്ടതില്ല എന്നാണ്.

ഈ ഇരുപത്തിയൊന്നാം നൂറ്റാണ്ടിൽ കിം കി ഡുക് എന്ന സംവിധായകൻ തന്റെ *ത്രീ അയൺ* എന്ന സിനിമയിൽ വിചിത്ര സ്വഭാവമുള്ള ഒരു മോട്ടോർസൈക്കിളിസ്റ്റ് ഉടമസ്ഥരില്ലാത്ത വീടുകൾ കണ്ടെത്തി അതിൽ അവരില്ലാത്തപ്പോൾ താമസിക്കുന്നതായുള്ള ഒരു കഥ ചിത്രീകരിക്കുന്നുണ്ട്. ആ

സിനിമയുടെ അന്ത്യത്തിൽ സ്ക്രീനിൽ പ്രത്യക്ഷപ്പെടുന്ന വരികൾ ഇങ്ങനെയാണ് :

“നമ്മൾ ഇപ്പോൾ ജീവിക്കുന്ന ഈ ലോകം യഥാർത്ഥമാണോ അതോ സ്വപ്നമാണോ എന്ന് പറയുക ദുഷ്കരമാണ്.”

നിങ്ങൾക്കാകാൻ സാധിക്കുന്ന ഏറ്റവും മികച്ച അപൂർണ്ണ വ്യക്തിയാകുക

ഒരോ വ്യക്തികൾക്കും അവരുടേതായ യാഥാർത്ഥ്യങ്ങളുണ്ട് അതിനാൽ നമ്മൾ ജീവിക്കുന്നു എന്ന് വിശ്വസിക്കുന്ന യാഥാർത്ഥ്യത്തെക്കുറിച്ച് നമുക്ക് എത്രത്തോളം നിശ്ചയമുള്ളവരാകാൻ സാധിക്കും. വസ്തുക്കൾ ഇങ്ങനെയാണ് അല്ലെങ്കിൽ ഇങ്ങനെയാകണം എന്ന് നിശ്ചയിക്കുന്നതിൽ എന്ത് അർത്ഥമാണുള്ളത്.

ഒരു പക്ഷേ പഴയ ഗ്രീക്ക് ഗുരുക്കന്മാരുടെ ജ്ഞാനത്തെ ഒരിക്കൽക്കൂടി ചികഞ്ഞ് കണ്ടെത്തി അവർ പറഞ്ഞതുപോലെ “തനിക്കൊന്നും അറിയില്ല എന്ന് അറിയുന്നവനാണ് ഏറ്റവും അറിവുള്ളവൻ” എന്ന് തിരിച്ചറിയുന്നത് കൂടുതൽ വിവേകപൂർണ്ണമായിരിക്കും. കാരണം അജ്ഞതയെക്കുറിച്ചുള്ള ഈ തത്ത്വത്തിൽ എല്ലാ പുരോഗതിയുടെയും വിത്തുകൾ അടങ്ങിയിരിക്കുന്നു.

വാബി സാബിയുടെ വീക്ഷണകോണിൽ ജീവിതത്തെ സമീപിക്കുന്നതിലൂടെ നാം നിലനിൽപ്പിന്റെ അനിശ്ചിതത്ത്വത്തെയും നമ്മുടെ തന്നെ കഴിവുകളുടെ നിഗൂഢതയെയും പുൽകുന്നു.

ഒരു കൊച്ചുപെൺകുട്ടി ആദ്യമായി പിയാനോയ്ക്ക് മുന്നിൽ ഇരുന്ന് അവളുടെ കൊച്ചു കൈവിരലുകളിലൂടെ ആ കട്ടകളിലെ ശബ്ദത്തെ മയക്കിയെടുക്കുമ്പോൾ ആ യാത്ര എത്രത്തോളം തുടരുമെന്ന് പറയുക അസാധ്യമായിരിക്കും. അത് അല്പംകാലം കൊണ്ട് അവസാനിക്കുമോ, അതോ പിയാനോ വായിക്കാനുള്ള അവളുടെ അഭിനിവേശം അതിവേഗം വളരുകയും അത

വളെ ഒരു അനുഗ്രഹീത കലാകാരിയാക്കിമാറ്റി ലോകത്തിലെ തന്നെ ഏറ്റവും തിരക്കുള്ള പിയാനോ വാദകയാക്കി മാറ്റുമോ എന്നത് അജ്ഞാതമാണ്.

ഇതാണ് മാനവരാശിയുടെ മാന്ത്രികത, അപൂർണ്ണമായിരിക്കുന്നതിൽ ഒരേ സമയം തന്നെ *എല്ലാത്തിനുമുള്ള* സാധ്യതയുമിരിക്കുന്നുണ്ട്.

ഈ വിഷയത്തിൽ ഫ്രോയിഡിന്റെ സമകാലികയും സെൻ ബുദ്ധിസത്തിന്റെ സ്വാധീനത്തിൽ ജീവിതത്തിന്റെ ലക്ഷ്യത്തെ ആസ്പദമാക്കിയുള്ള ചികിത്സാസമ്പ്രദായത്തിന്റെ സ്രഷ്ടാവുമായ ഡോ. ഷോമാ മോറിറ്റാ ഇങ്ങനെ പ്രസ്താവിക്കുകയുണ്ടായി :

സ്വയം വിട്ടുനല്കുക. ഇപ്പോൾ തന്നെ കർമ്മനിരതനാകുക. നിങ്ങൾ ഭ്രാന്തനായിക്കൊള്ളട്ടെ, കുറവുകളുള്ളവനായിക്കൊള്ളട്ടെ, ആരോഗ്യമില്ലാത്തവനാകട്ടെ, കാര്യങ്ങൾ നീട്ടിവയ്ക്കുന്ന സ്വഭാവമുള്ളവനാകട്ടെ, മടിയനാകട്ടെ, അല്ലെങ്കിൽ നിങ്ങൾ സ്വയം വിശേഷിപ്പിക്കാനുപയോഗിക്കുന്ന ഏത് വിശേഷണങ്ങൾ തന്നെയുമായിക്കൊള്ളട്ടെ, ധൈര്യമായി മുന്നോട്ട് നീങ്ങി നിങ്ങൾക്കാകാൻ സാധിക്കുന്ന ഏറ്റവും മികച്ച അപൂർണ്ണനായി മാറുക. എന്നിട്ട് നിങ്ങൾ മരിക്കുന്നതിന് മുമ്പ് എന്തായിത്തീരാനാണോ ആഗ്രഹിക്കുന്നത് അതിനായിട്ടുള്ള പ്രവർത്തനങ്ങൾ ആരംഭിക്കുക.

ധ്യാന വെളിവുകൾ

എന്റെ തോട്ടത്തിലെ കെയാക്കിയുടെ ചില്ലകൾ
പുലർകാലത്തെ ഇളംകാറ്റിൽ ആടുന്നു
എനിക്ക് ആ മരത്തെപ്പോലെയാകണം :
ആഴത്തിലുള്ള വേരുകളുണ്ടാകണം
കാരണം എന്റെ ജീവിതത്തിൽ കൊടുങ്കാറ്റ് വീശിയടിച്ച്
ചിതറിപ്പിക്കുവാൻ ശ്രമിക്കുമ്പോൾ ചില്ലകൾക്ക്
അതുപോലെ വഴക്കമുണ്ടാകണം.

പ്രകൃതിയിൽ നിന്നുള്ള പാഠങ്ങൾ

"എത്ര വിചിത്രമാണ്!
വിടരുന്ന ചെറിമരങ്ങൾക്കടിയിൽ
ജീവിച്ചിരിക്കുക എന്നത്."

—കൊബയാഷി ഇസ്സ

ഈ പുസ്തകത്തിന്റെ ആദ്യ അദ്ധ്യായങ്ങളിൽ നമ്മൾ കണ്ടതു പോലെ വാബി സാബി തത്ത്വശാസ്ത്രത്തിന്റെ ഏറ്റവും വലിയ ഗുരു പ്രകൃതിയാണ്, കാരണം അത് കുറവുകളുള്ളതും, അപൂർണ്ണവും, നശ്വരവുമായ സൗന്ദര്യത്തിനുള്ള പ്രചോദനമാണ്.

ഒന്നും പൂർണ്ണമായും ജ്യാമിതീയമായോ അനുരൂപമായോ ഇരിക്കുന്നില്ല – അങ്ങനെ വേണമെന്നുള്ളത് മനുഷ്യന്റെ അഭിനിവേശം മാത്രമാണ് – പക്ഷേ പ്രകൃതി അസമമായിരിക്കുന്നതിൽ അതിന്റേതായ സൗന്ദര്യം കണ്ടെത്തുന്നു. ഒന്നും തന്നെ പൂർണ്ണമല്ല, അതൊരിക്കലും പൂർണ്ണമാകുകയുമില്ല. കാരണം പൂർത്തിയായ ജോലി എന്നത് മനുഷ്യ മനസ്സിന്റെ ഒരൊഴിയാബാധയാണ്. ഇപ്പോഴുള്ള ഈ ജീവിതത്തിലൂടെ മുന്നോട്ട് പൊയ്ക്കൊണ്ടിരിക്കുന്ന മനുഷ്യജീവിതം പോലെ പുരോഗമിച്ചുകൊണ്ടേയിരിക്കുന്ന അനന്തമായ കർമ്മമാണ് പ്രകൃതി.

ഒന്നും ശാശ്വതമല്ല. ജനിമൃതികളുടെ ചക്രം മാത്രമാണ് ശാശ്വതമായിട്ടുള്ളത്. ജീവിതം അനന്തമായി പുതുക്കിക്കൊണ്ടേ

യിരിക്കുന്നു, അതോടൊപ്പം അത് നമ്മെയും അകംപുറം പുതുക്കിക്കൊണ്ടിരിക്കുന്നു.

പ്രകൃതി ഒരു മഹാഗുരുവാണ്. എന്നാൽ മനുഷ്യർ അവളിൽ നിന്ന് അകന്നുപോയതുകാരണം അവൾ നല്കിയ എളിയ പാഠങ്ങൾ മറന്നുപോയിരിക്കുന്നു. വിവിധ ഋഷിമാരുടെ കുറിപ്പുകളിൽ നിന്ന് നമുക്കത് വീണ്ടും കണ്ടെടുക്കാം.

അലസമായ തത്ത്വശാസ്ത്ര കുറിപ്പുകൾ

ജാപ്പനീസ് ഗ്രന്ഥങ്ങളിൽ വാബി സാബിയുടെ ആത്മാവിനെ ഏറ്റവും നന്നായി പ്രതിഫലിപ്പിക്കുന്നത് 1330-നും 1332-നും ഇടയിൽ യോഷിജാ കെൻകോ എന്ന സന്ന്യാസി എഴുതിയ *എസ്സെയ്സ് ഇൻ ഐഡൽനെസ്സ്* എന്ന പുസ്തകമാണ്. അദ്ദേഹം ഈ കുറിപ്പുകൾ ചെറിയ കടലാസ്സുകളിൽ എഴുതി തന്റെ ഏകാന്തമായ മുറിയുടെ ചുമരിൽ ഒട്ടിച്ചുവയ്ക്കുമായിരുന്നു. വർഷങ്ങൾക്ക്ശേഷംഅദ്ദേഹത്തിന്റെഒരുആത്മാർത്ഥസുഹൃത്ത് ആ കടലാസ്സുകളെല്ലാം വളരെ ശ്രദ്ധാപൂർവ്വം ചുമരിൽ നിന്ന് ചുരണ്ടിയെടുത്തു, അവ243 എണ്ണമുണ്ടായിരുന്നു. അങ്ങനെ അദ്ദേഹത്തിന്റെ കഠിനപരിശ്രമത്താൽ ജാപ്പനീസ് സാഹിത്യത്തിലെ ഏറ്റവും മികച്ച കൃതികളിലൊന്ന് സംരക്ഷിക്കപ്പെടുകയുണ്ടായി.

സുരേസുരേഗുസാ എന്ന പേരിലാണ് ഈ ഉപന്യാസങ്ങൾ ജാപ്പനീസ് ഭാഷയിൽ അറിയപ്പെടുന്നത്. അവ വസ്തുക്കളുടെ ക്ഷണികമായ സ്വഭാവത്തെക്കുറിച്ച് പറയുന്നു. കെൻകോയുടെ രചനകളിലെ ലാളിത്യവും സ്വാഭാവികതയും സെന്നിന്റെ സവിശേഷതകളാണ്. പ്രകൃതിധ്യാനത്തിലൂടെയും സ്വന്തം മനസ്സിനെ തന്നെ ശ്രദ്ധിക്കുന്നതിലൂടെയും സാധ്യമാകുന്ന ഉണർവ്വിന്റെ പ്രാണനിശ്വാസത്തെ പ്രയോജനപ്പെടുത്തുവാൻ അത് വായനക്കാരന് പ്രചോദനമേകുന്നു.

വാബി സാബിയുടെ സാരാംശം പകർന്ന് പ്രചോദനം നല്കുന്ന ഈ സംഗ്രഹത്തിൽ നിന്നുള്ള ചില ശകലങ്ങൾ നമുക്ക് നോക്കാം.

"എല്ലാ വസ്തുക്കളിലും സാരൂപ്യം സാധ്യമല്ല. എന്തെങ്കിലും കുറവുകളാണ് അതിനെ രസകരമാക്കുന്നത്. ജീവിതം തുടരുന്നു എന്ന തോന്നൽ ഉണ്ടാക്കാൻ ഈ അപൂർണ്ണത സഹായകമാകുന്നു."

ക്രമത്തോടുള്ള ആധുനിക അഭിനിവേശത്തിൽ നിന്ന് വ്യത്യസ്തമായി – ഒരു പക്ഷേ അത് ആന്തരികമായ അസ്വസ്ഥതകൾക്കും അശാന്തിയ്ക്കും പരിഹാരമായി സംഭവിക്കുന്നതായിരിക്കാം – ഈ പതിനാലാം നൂറ്റാണ്ടിലെ സന്ന്യാസി അപൂർണ്ണമായതിന്റെ മൂല്യത്തെ പ്രകീർത്തിക്കുന്നു.

"അപൂർണ്ണമായി എന്തെങ്കിലും അവശേഷിപ്പിക്കുന്നത് ജീവിതത്തെ രസകരമാക്കുന്നു. ഒരു രാജകൊട്ടാരം പണിയുമ്പോൾ പോലും അതിന്റെ ചില മൂലകൾ പൂർത്തിയാക്കാതെ വിടുമെന്ന് പറയാറുണ്ട്. പഴയ ആത്മീയ ഗുരുക്കന്മാരുടെ രചനകളിൽ പലപ്പോഴും അദ്ധ്യായങ്ങളും ഭാഗങ്ങളും പൂർത്തിയാക്കപ്പെടാതെ അവശേഷിക്കാറുണ്ട്."

അപൂർണ്ണതയും ക്രമരാഹിത്യവും നമ്മുടെ നിത്യജീവിതത്തിലും പ്രത്യക്ഷപ്പെടാറുണ്ട്, എന്താണ് സംഭവിക്കാൻ പോകുന്നതെന്ന് നമുക്കൊരിക്കലും ഒരു നിശ്ചയവുമുണ്ടാകുകയില്ല. യോഷിദാ കെൻകോ ഇതിനെ ഒരു വലിയ മൂല്യമായിട്ടാണ് കാണുന്നത്: *"ജീവിതത്തിന്റെ ഏറ്റവും വിലപിടിപ്പുള്ള സമ്മാനം അനിശ്ചിതത്ത്വമാണ്."*

വാബി സാബിയിൽ പ്രകടമായ ദാരിദ്ര്യത്തിന്റെയും മിതവ്യയത്തിന്റെയും ഈ ഘടകങ്ങൾ *എസ്സേയ്സ് ഇൻ ഐഡ്ൽനെസ്സ്*-ന്റെ മുഖമുദ്രയാണ്. ഇവിടെ കവി ചൂണ്ടിക്കാണിക്കുന്ന ഒരു കാര്യം പൗരാണിക ഋഷിമാർ സ്വത്തുക്കളൊന്നും സമ്പാദിക്കുകയോ സൂക്ഷിക്കുകയോ ചെയ്തിരുന്നില്ല എന്നതാണ്. അദ്ദേഹം അതിന്റെ ഏറ്റവും വലിയ ഉദ്ദാഹരണമായി ചൈനീസ് സന്ന്യാസിയായ ക്സു യൂവിനെ ചൂണ്ടിക്കാണിക്കുന്നു :

അദ്ദേഹത്തിന്റേതായി ലോകത്ത് ഒന്നും തന്നെയുണ്ടായി രുന്നില്ല. അദ്ദേഹം വെള്ളം കുടിച്ചിരുന്നതുപോലും കൈക്കുമ്പി ളിൽ കോരിയെടുത്തായിരുന്നു. ഇതുകണ്ട് ഒരിക്കൽ അദ്ദേഹ ത്തിന്റെ ഒരു സുഹൃത്ത് വെള്ളം ശേഖരിക്കാനായി തണ്ണിമ ത്തന്റെ തോട് നല്കി. എന്നാൽ ഒരിക്കൽ അത് ഒരു കൊമ്പിൽ തൂക്കിയിട്ടപ്പോൾ അതിൽ കാറ്റ് വന്നടിച്ച് ശബ്ദമുണ്ടാക്കുന്നത് അദ്ദേഹം കേൾക്കാനിടയായി. ഇത് തന്നെ അലോസരപ്പെ ടുത്തുന്നതായി കണ്ട അദ്ദേഹം ഉടൻ തന്നെ ആ തണ്ണിമത്തൻ വലിച്ചെറിഞ്ഞ് പഴയതുപോലെ തന്റെ കൈകൾകൊണ്ട് കോരി വെള്ളം കുടിക്കാൻ തുടങ്ങി. ആ മനുഷ്യന്റെ ഹൃദയം എത്ര ശുദ്ധവും സ്വതന്ത്രവുമായിരുന്നു.

അതുപോലെ തന്നെ സ്വതന്ത്രനായ മറ്റൊരു മനുഷ്യനെ ക്കുറിച്ച് യോഷിദ കെന്റോ പറയുന്നുണ്ട്. ആ വ്യക്തി ഒരിക്കൽ തടവുകാരനായി കഴിയേണ്ടിവന്നു. താൻ മരിച്ചാൽ തനിക്ക് ആകെ ദുഃഖിക്കേണ്ടിവരിക ഈ ആകാശത്തെ വിട്ടുപോകു മ്പോഴായിരിക്കുമെന്ന് അദ്ദേഹം പറയുകയുണ്ടായി.

കുടിലിൽ നിന്ന് ജീവിതത്തെക്കുറിച്ചുള്ള ഗീതകങ്ങൾ

എസ്സെയ്സ് ഇൻ ഐഡിൽനെസ്സ്, സുഹിത്സു എന്ന സാഹിത്യ വിഭാഗത്തിലെ ഒരു ക്ലാസിക്കാണ്. സുഹിത്സു എന്നത് സ്വതസിദ്ധമായ ശൈലിയെക്കുറിക്കുന്ന പദമാണ്. പതിനൊന്നാം നൂറ്റാണ്ടിലെ എഴുത്തുകാരനായ സെയ് ഷോനാ ഗൊന്റെ രാജകൊട്ടാരത്തിലെ ദൈനംദിന അനുഭവങ്ങൾ വിവ രിക്കുന്ന തന്റെ *ദ പില്ലോ ബുക്ക്* എന്ന പുസ്തകത്തിലൂടെയാണ് ഈ ശൈലി വ്യാപകമായി പ്രചരിച്ചത്.

മറ്റൊരു പ്രസിദ്ധമായ ഡയറിക്കുറിപ്പ് *ഹൊജൊക്കി* യുടേതാണ്. അതിനെ കുടിലിൽ നിന്ന് ജീവിതത്തെക്കുറിച്ചുള്ള ഗീതം എന്ന് ചിലപ്പോൾ പരിഭാഷപ്പെടുത്താറുണ്ട്. 1212-ൽ ഋഷികവിയായ കാമോ നോ ചൊമെയിയാണ് അത് എഴുതിയത്. 10 അടി നീളവും വീതിയുമുള്ള തന്റെ കുടിലിലുള്ള

ജീവിതത്തെയും അവിടെയിരുന്ന് അദ്ദേഹം നിരീക്ഷിച്ച പ്രകൃതിയെയും ജീവിതത്തെയും വർണ്ണിക്കുന്നതാണ് ആ കൃതി.

ഈ ലഘു ഉപന്യാസത്തിന്റെ തുടക്കം ജാപ്പനീസ് സാഹിത്യത്തിൽ പ്രസിദ്ധമാണ്. ഇതിൽ സമയം കടന്നുപോകുന്നതിനെക്കുറിച്ചും ജീവിതത്തിന്റെ നശ്വരതയെക്കുറിച്ചും സംസാരിക്കുന്നത് ഇങ്ങനെയാണ് :

ഒഴുകുന്ന നദിയുടെ ഒഴുക്ക് നിലച്ചിട്ടില്ല. എന്നിരുന്നാലും വെള്ളം മുമ്പത്തെ അതേ വെള്ളമല്ല. നിശ്ചലമായ കുളങ്ങളിൽ പൊങ്ങിക്കിടന്ന് ഒഴുകുന്ന നുര ക്ഷണികമാണ്. അത് പ്രത്യക്ഷപ്പെടുകയും അപ്രത്യക്ഷമാകുകയും ചെയ്യുന്നു. അത് ഒരിക്കലും ഒരേപോലെ ദീർഘകാലം നിലനിൽക്കുന്നില്ല.

വാബി സാബിയുടെ ശുദ്ധമായ ആത്മാവിൽ ജീവിക്കുവാൻ കാമോ നോ ചൊമെയിയ്ക്ക് അറിയാമായിരുന്നുവെന്നത് ഈ കുറിപ്പ് വെളിപ്പെടുത്തുന്നു.

ഇപ്പോൾ ഞാൻ എന്റെ ശാന്തമായ വീട്ടിലാണ് താമസിക്കുന്നത്. ഇത് കേവലം പത്തടി ചതുരാകൃതിയിലുള്ള ഒരു മരക്കൂട് മാത്രമാണ്. പക്ഷേ ഞാൻ ഇത് ഇഷ്ടപ്പെടുന്നു. ഞാൻ തലസ്ഥാനത്തേയ്ക്ക് ഒരു കാര്യത്തിന് പോകുമ്പോൾ എന്റെ ഭിക്ഷക്കാരന്റെ രൂപത്തിൽ എനിക്ക് ലജ്ജ തോന്നിയേക്കാം പക്ഷേ തിരികെ വരുമ്പോൾ അവിടെ കാണുന്നവരോട് എനിക്ക് സഹതാപം തോന്നുന്നു, ധനത്തെയും അഭിമാനത്തെയും കുറിച്ച് ചിന്തിച്ച് വ്യാകുലപ്പെട്ട് അതിൽ മുഴുകി സദാ തിരക്ക് പിടിച്ച് ജീവിക്കുന്നവർ. നിങ്ങൾക്ക് ഞാൻ പറയുന്നതിൽ സംശയമുണ്ടെങ്കിൽ, നിങ്ങൾ മത്സ്യങ്ങളെക്കുറിച്ചും പക്ഷികളെക്കുറിച്ചും ചിന്തിക്കുക.മത്സ്യംഎപ്പോഴുംവെള്ളത്തിൽതന്നെയാണ്എന്നാൽ അവർക്ക് അതിൽ മടുപ്പൊന്നും തോന്നുന്നില്ല. എന്നാൽ ഒരു മത്സ്യമല്ലാത്തിടത്തോളം കാലം നിങ്ങൾക്കത് മനസ്സിലാകുകയില്ല. പക്ഷികളാകട്ടെ അവർ കാടിനായി ആഗ്രഹിച്ചുകൊണ്ടി

രിക്കുന്നു. നിങ്ങൾ ഒരു പക്ഷിയല്ലാത്തതിനാൽ നിങ്ങൾക്ക് അവരുടെ കാരണങ്ങൾ മനസ്സിലാകുകയില്ല. എന്റെ ശാന്തമായ വീടിനോടുള്ള വികാരവും അതുപോലെ തന്നെയാണ്. ഒരിക്കലും അത് അനുഭവിക്കാൻ അവസരം ലഭിക്കുന്നില്ലെങ്കിൽ ആർക്കാണിത് മനസ്സിലാകുക.

എന്റെ ജീവിതം മാഞ്ഞുപോകുന്ന ചന്ദ്രനെപ്പോലെ അവസാനിക്കാറായിരിക്കുന്നു. ഇനിയുള്ള ദിവസങ്ങൾ വളരെ ചുരുക്കം മാത്രം.

കാട്ടിലെ ജീവിതം

തപോനിഷ്ഠമായ ജീവിതത്തെക്കുറിച്ചും ഒരു കുടിലിൽ ജീവിക്കുന്നതിനെക്കുറിച്ചുമുള്ള ഈ ഉപന്യാസങ്ങളുടെ പാശ്ചാത്യമായ രൂപം ആധുനിക കാലത്തുണ്ടായത് ഹെൻറി ഡേവിഡ് തോറോയുടെ അനുഭവത്തിലൂടെയാണ്.

കോൺകോർഡിലെ തീവ്രമായ സാമൂഹിക ജീവിതത്തിന് ശേഷം, അവിടെ അദ്ദേഹത്തിന് മാർഗ്ഗദർശിയായി അയൽവാസി റാൽഫ് വാൾഡോ എമേർസണുണ്ടായിരുന്നു, അദ്ദേഹം വാൾഡൻ തടാകത്തിന്റെ അരികിലായി സ്വന്തമായി ഒരു കുടിൽ പണിയാൻ തീരുമാനിച്ചു.

നിയമലംഘന സമരത്തിന്റെ പിതാവായ ഈ അമേരിക്കൻ തത്ത്വചിന്തകൻ നിശബ്ദമായ നിരാശാ ജീവിതം ജീവിക്കുന്ന മനുഷ്യസഞ്ചയത്തെപ്പോലെയാകാതിരിക്കാൻ നഗരജീവിതത്തിന്റെ തിക്കും തിരക്കും ഉപേക്ഷിക്കാൻ തയ്യാറായി. നഗരജീവിതത്തിന്റെ ആലസ്യം തന്നെ ജീവിതത്തിന്റെ ഹൃദയത്തിൽ നിന്ന് തന്നെ ഛേദിച്ചുകളഞ്ഞതായും, അത് തന്നെ ആധികാരികമായി എഴുതുന്നതിൽ നിന്ന് തടയുന്നതായും അദ്ദേഹം കരുതി. അദ്ദേഹത്തിന്റെ തന്നെ വാക്കുകളിൽ പറഞ്ഞാൽ, *"നിങ്ങൾ നിവർന്ന് നിന്ന് ജീവിയ്ക്കുവാൻ കഴിഞ്ഞില്ലെങ്കിൽ കുനിഞ്ഞിരുന്ന് എഴുതുന്നത് എത്ര വ്യർത്ഥമാണ്."*

രണ്ട് വർഷവും രണ്ട് മാസവും രണ്ട് ദിവസവും അദ്ദേഹം അവിടെ താമസിക്കുകയുണ്ടായി. അവിടെയുണ്ടായ തന്റെ അനുഭവങ്ങൾ കോറിയിട്ട കുറിപ്പുകളാണ് 1854-ൽ പ്രസിദ്ധീകരിച്ച *വാൾഡൻ* അഥവാ *ലൈഫ് ഇൻ ദ വുഡ്സ്* എന്ന പ്രസിദ്ധമായ പുസ്തകം.

ആ അമേരിക്കൻ എഴുത്തുകാരൻ പ്രകൃതിയിൽ നിന്ന് നേടിയ നിരവധി പാഠങ്ങളുടെ മാതൃകയായി ഇവിടെ നാം കൊടുത്തിട്ടുള്ളത് "കറുത്ത പക്ഷിയുടെ പാട്ട്" എന്ന ശീർഷകത്തിലുള്ള അദ്ദേഹത്തിന്റെ മനനങ്ങളാണ് :

> *കറുത്ത പക്ഷി ഉച്ചസമയത്ത് പാടുമ്പോൾ പോലും നീരുറവകളുടെ മടിയിൽ നിന്നൊഴുകുന്ന പ്രവാഹത്തിന്റെ പുതുമയുണ്ട്. ആ കറുത്ത പക്ഷിമാത്രം കാടിന്റെ സമൃദ്ധിയെക്കുറിച്ചും കാലാതീതമായ കാടിന്റെ ഊർജ്ജത്തെക്കുറിച്ചും പാടുന്നു. ഓരോ പ്രാവശ്യവും ഒരുവൻ ഈ പാട്ട് കേൾക്കുമ്പോൾ ഇതുണ്ടാകുന്നു. കാരണം അതിൽ ആ യൗവനം തുടിക്കുന്നുണ്ട്. കാരണം അതിന്റെ ഉറവകളിൽ പ്രകൃതിയുണ്ട്. ഒരു പുതിയ ലോകം അതിന് മുന്നിൽ തുറക്കുന്നു. സ്വർഗ്ഗത്തിലേക്കുള്ള കവാടം മലർക്കെ തുറക്കുന്നു. ആ കറുത്ത പക്ഷിയുടെ മർമ്മരം എപ്പോഴും എന്നോട് എന്റെ പ്രാണനേക്കാളും നനുത്ത നിശ്വാസത്തിൽ സംസാരിക്കുന്നു, ആ അനശ്വരമായ സൗന്ദര്യത്തെയും ഊർജ്ജത്തെയും കുറിച്ച്, ആ ശബ്ദത്തിൽ വിടരുന്ന എല്ലാ കാര്യങ്ങൾക്കും കൂടുതൽ പ്രൗഢമായ അർത്ഥം നല്കാൻ അതിനാകുന്നു. അത് മനുഷ്യന് കൂടുതൽ സ്പഷ്ടമായ ആശയങ്ങൾ നല്കാനായി പാടുന്നു. അത് അവന്റെ സ്ഥാപനങ്ങളെ പരിഷ്കരിക്കാനായി, അവന്റെ തോട്ടങ്ങളിൽ നിന്നും അടിമകളെ മോചിപ്പിക്കാനായി, അവന്റെ തടവറകളിൽ നിന്ന് തടവുകാരെ മോചിപ്പിക്കാനായി, വേശ്യാലയങ്ങളിൽ നിന്ന് അടിമകളെ*

വിടുവിക്കാനായി അവരുടെ നികൃഷ്ട ചിന്തകളിൽ ബന്ദിയാക്കപ്പെട്ടവരെ മോചിപ്പിക്കാനായി അവർ പാടുന്നു.

എന്നിരുന്നാലും തോറോ ഒരു സാധാരണ സന്ന്യാസിയായിരുന്നില്ല, അദ്ദേഹത്തിന്റെ കുടിലിനുള്ളിലായി മൂന്ന് കസേരകളുള്ളതായി നമുക്കറിയാം. അവയെക്കുറിച്ച് ചോദിച്ചപ്പോൾ അദ്ദേഹം പറഞ്ഞ മറുപടി "ഒന്ന് ഏകാന്തതയ്ക്ക്, രണ്ടാമത്തേത് സൗഹൃദത്തിന്, മൂന്നാമത്തേത് സമൂഹത്തിന് എന്നായിരുന്നു."

ദീർഘകാലത്തെ ഏകാന്തവാസത്തിന് ശേഷം അദ്ദേഹം പിന്നീട് കോൺകോർഡിലേയ്ക്ക് മടങ്ങിവന്നുവെങ്കിലും, പ്രകൃതിയിൽ നിന്ന് പഠിച്ച കാര്യങ്ങൾ അദ്ദേഹത്തിന്റെ ജീവിതത്തിലുടനീളം പ്രകാശം നല്കുകയും ഹൃദയത്തിന് ശാന്തി പകരുകയുമുണ്ടായി.

നാല്പത്തിനാലാം വയസ്സിൽ ഗുരുതരമായ രോഗം ബാധിച്ചതിനെ തുടർന്ന് അദ്ദേഹത്തെ പരിചരിച്ചിരുന്ന അദ്ദേഹത്തിന്റെ അമ്മായി അവസാനകാലത്ത് അദ്ദേഹം ദൈവവുമായി സന്ധിയിലായോ എന്ന് തിരക്കുകയുണ്ടായി. അതിന് അദ്ദേഹം നല്കിയ മറുപടി "ഞങ്ങൾ പരസ്പരം പിരിഞ്ഞിരുന്നതായി ഒരിക്കലും ഞാൻ അറിഞ്ഞിരുന്നില്ല" എന്നായിരുന്നു.

1862 മെയ് 6-ന് തന്റെ മരണക്കിടക്കയിൽ അദ്ദേഹം അവസാനമായി പറഞ്ഞത് "ഇപ്പോൾ നല്ല യാത്ര സമാഗതമായിരിക്കുന്നു" എന്നാണ്.

II

വാബി സാബി കല

ധ്യാന വെളിവുകൾ

കാക്കകൾ മേപ്പിൾ മരത്തിന്റെ ചില്ലകളിൽ
ചേക്കേറിയിരിക്കുന്നു.

അവയുടെ കരച്ചിൽ മലഞ്ചരിവുകളിൽ മുഴങ്ങുന്നു.

സായാഹ്നത്തെ സൂര്യൻ കുളത്തിൽ പ്രതിഫലിക്കുമ്പോൾ
ഞാൻ അത്ഭുതപ്പെടുന്നു.

ഇതിൽ സുന്ദരമായതേതാണ്?

പ്രതിധ്വനിയോ ശരിയായ ശബ്ദമോ?

സൂര്യനോ അതോ പ്രതിഫലിക്കുന്ന സൂര്യപ്രകാശമോ?

ജാപ്പനീസ് കലയിൽ വാബി സാബിയുടെ തത്ത്വങ്ങൾ

"കുറവുകളുള്ള മനുഷ്യരെന്ന നിലയിൽ നമുക്ക് കുറ്റമറ്റതിനോട് വെറുപ്പുണ്ട്. എപ്പോഴെങ്കിലും ഒരു വസ്തു ആദ്യം മുതൽ അന്ത്യം വരെ കുറ്റമറ്റതാണെങ്കിൽ അതിൽ അനന്തതയുടെ കൈമുദ്രകളൊന്നുമില്ല."

—യാങ്കായ് സോയിറ്റ്സ്യൂ

സ്വതന്ത്ര എഴുത്തുകാരനായുള്ള എന്റെ ജീവിത ശൈലി എനിക്ക് ധാരാളം യാത്ര ചെയ്യാനുള്ള സമയം നല്കുന്നു. എനിക്ക് സാധിക്കുമ്പോഴെല്ലാം ഞാൻ പ്രത്യേക ലക്ഷ്യമൊന്നുമില്ലാതെ യാത്ര പുറപ്പെടാറുണ്ട്. ഞാൻ താമസിക്കുന്ന ദ്വീപിന്റെ അധികം അറിയപ്പെടാത്ത ഇടങ്ങൾ തേടിയാണ് ഈ യാത്ര.

കുറച്ച് നാൾ മുമ്പ് ഞാൻ ഒരു ഡൈജോജി സെൻ ക്ഷേത്രം സന്ദർശിക്കാനുള്ള ക്ഷണം സ്വീകരിച്ചു. ഇരുപത് സന്ന്യാസിമാർ അവിടെ താമസിക്കുന്നുണ്ട്. അവരുടെ ദിനചര്യ ആരംഭിക്കുന്നത് പുലർച്ചെ നാല് മണിയ്ക്കുള്ള രണ്ട് മണിക്കൂർ നീണ്ട ധ്യാനത്തോടെയാണ്.

ക്ഷേത്രത്തിനടുത്ത് ഒരു സത്രത്തിൽ താമസിച്ച ഞാൻ സൂര്യോദയത്തിന് ഒരു മണിക്കൂർ മുമ്പ് എഴുന്നേറ്റു, നിഴലുകൾ നിറഞ്ഞ ഒരു കാട്ടുപ്രദേശം മുറിച്ച് കടന്ന്

ഞാൻ ആ ക്ഷേത്രത്തിന്റെ പ്രധാന കവാടമായ കറുത്ത ഗേറ്റിന് മുന്നിലെത്തി. ഐതീഹ്യം പറയുന്നത്, അവർ ക്ഷേത്രം നിർമ്മിക്കാൻ തീരുമാനിച്ചതിന് ശേഷം ആദ്യമായി പണിതത് ഈ കറുത്ത കവാടമാണെന്നാണ്.

ആ കവാടത്തിന്റെ തടികൾ വളരെ ഇരുണ്ടതാണ്. അത് ആ കാടിനെ തന്നെ വിഴുങ്ങാൻ പോകുന്ന തമോദ്വാരം പോലെ തോന്നും. ആ കവാടത്തിന്റെ മുകളിൽ പായൽ വളരുന്നുണ്ട്. അതിൽ വളരുന്ന ചെടികളും അതിന്റെ വള്ളിപ്പടർപ്പുകളുമെല്ലാം ചേർന്ന് ആ കവാടം ഒരു വൈക്കോൽ തൊപ്പി ധരിച്ചു നിൽക്കുന്ന പ്രതീതി തന്നിരുന്നു.

ആ കവാടം മുറിച്ച് കടന്ന് അല്പം അകത്ത് ചെന്നാൽ അവിടെ ഒരു ഭീമാകാരമായ മണി തൂക്കിയിട്ടിരിക്കുന്നത് കാണാം. അതിന് ലംബമായി അതിൽ അടിച്ച് ശബ്ദമുണ്ടാക്കുവാനായി ഒരു വലിയ തടിയുമുണ്ട്. ആ തടിയിലും മണിയിലും ആലേഖനം ചെയ്തിരിക്കുന്ന ധർമ്മചക്രം നിരീക്ഷിക്കുവാനായി ഞാൻ അല്പനേരം അവിടെ തന്നെ നിന്നു. മനുഷ്യൻ എന്ന നിലയിൽ എന്റെ നശ്വരതയെക്കുറിച്ച് മനനം ചെയ്യാൻ എനിക്ക് എപ്പോഴും പ്രേരണയാകാറുള്ള ഒന്നാണ് *ധർമ്മ* ചക്രം.

ഞാൻ മരിച്ചാൽ ആ മണിയും കറുത്ത കവാടവും ആ കാനന വന്യതയോട് സ്വരലയപ്പെട്ട് അവിടെത്തന്നെയുണ്ടാകും.

അവിടെ എത്തിച്ചേർന്ന ഞാൻ ഡൈജോജി സന്ന്യാസിമാരുമൊത്ത് ധ്യാനിച്ചു. ഞാൻ ഏറെക്കാലമായി ധ്യാനം പരിശീലിക്കാതിരുന്നതിനാൽ രണ്ട് മണിക്കൂറായപ്പോഴേയ്ക്കും എന്റെ കാലുകളും പുറവുമെല്ലാം വേദനിക്കാൻ തുടങ്ങിയിരുന്നു.

ധ്യാനം അവസാനിച്ചപ്പോൾ സന്ന്യാസിമാരിലൊരാൾ മണിമുഴക്കി. ആ മണിനാദം എന്നിൽ പ്രതിധ്വനിച്ചു. എന്റെ ഇന്ദ്രിയങ്ങൾ അല്പനേരത്തേയ്ക്ക് പ്രകൃതിയുമായി ലയിച്ചുചേർന്നു. എന്നിൽ നിഗൂഢമായ ഒരു ഇടം സൃഷ്ടിക്കപ്പെട്ടതുപോലെ അനുഭവപ്പെട്ടു. അത് കാലപ്രവാഹത്തെപ്പോലും അല്പനേരത്തേയ്ക്ക് നിശ്ചലമാക്കി.

"ഇതാണോ ആനന്ദം", ഞാൻ അത്ഭുതപ്പെട്ടു.

പിന്നെ അവർ എന്നെ ഷോജിൻ റിയോറിയും ചായയും കഴിയ്ക്കുവാനായി ക്ഷണിച്ചു.

ധർമ്മ ചക്രം

ധർമ്മ ചക്രത്തിന്റെ എല്ലാ ചക്രങ്ങളുടേയും സന്തുലിതാവസ്ഥയിൽ മാത്രമേ ജ്ഞാനോദയമുണ്ടാവുകയുള്ളൂ. ആ ചക്രത്തിന്റെ എട്ട് ആരക്കാലുകൾ ഒരോന്നും ബുദ്ധന്റെ അഷ്ടമാർഗ്ഗങ്ങളെ പ്രതിനിധീകരിക്കുന്നു.

1. മരണം അവസാനമല്ല. ഈ ജന്മത്തിലെ നമ്മുടെ കർമ്മങ്ങൾക്ക് മരണശേഷവും അനന്തര ഫലങ്ങളുണ്ട്.
2. വസ്തുക്കളുടെ ക്ഷണികതയെക്കുറിച്ചും ദുരിതങ്ങളുടെ അനിവാര്യതയെക്കുറിച്ചും മനനം ചെയ്യേണ്ടത് വളരെ പ്രധാനമാണ്.
3. അസത്യം പറയരുത്.
4. മറ്റു ജീവികളെ ഹിംസിക്കുകയോ കൊല്ലുകയോ ചെയ്യരുത്.
5. ജീവിയ്ക്കാൻ അത്യന്താപേക്ഷിതമായത് മാത്രമേ കൈവശപ്പെടുത്താവൂ. മറ്റൊന്നും സ്വന്തമാക്കരുത്.
6. ഇന്ദ്രിയപരമായ ആഗ്രഹങ്ങൾ, അസൂയ എന്നിവയാൽ സ്വാധീനിക്കപ്പെടാതെ നമ്മുടെ ബോധത്തെ ഉണർത്തേണ്ടത് അനിവാര്യമാണ്.
7. നാം ധ്യാനിയ്ക്കണം.
8. ഏറ്റവുമൊടുവിൽ നാം *സമാധി*യിലെത്തിച്ചേരുന്നു. ഇത് ഒരുവന്റെ ശരീരവും മനസ്സും പ്രപഞ്ചവുമായി ലയിക്കുന്ന അവസ്ഥയാണ്.

സംസ്ക്കാരങ്ങളെയും മതങ്ങളെയും ബന്ധിപ്പിക്കുന്ന പ്രതീകമാണ് *ധർമ്മ* ചക്രം. ഈ പ്രതീകം ബുദ്ധമതം ഹിന്ദുമതം ജൈനമതം എന്നിവ പങ്കിടുന്നു.

റാകുവിന്റെ ആത്മാവ്

ദിവസങ്ങൾക്ക് ശേഷം ഞാൻ സുവാ തടാകത്തിന്റെ തീരത്തുള്ള സൺറിറ്റ്സ് ആർട്ട് മ്യൂസിയം സന്ദർശിക്കാൻ നാഗാനോയിലേക്ക് പോയി. അവിടെ അവർ ഒരു ചാവൻ (ചായക്കപ്പ്) വച്ചിട്ടുണ്ട് അതിനെ ദേശീയ നിധിയുടെ പട്ടികയിൽ പെടുത്തിയിട്ടുണ്ട്. അത് പതിനേഴാം നൂറ്റാണ്ടിൽ ഹോനാമി കോയിറ്റ്സു സൃഷ്ടിച്ച മൗണ്ട് ഫുജി എന്ന് വിളിക്കപ്പെടുന്ന ഒരു റാകു*വാണ്. റാകു എന്നത് പതിനാറാം നൂറ്റാണ്ടിൽ രൂപംകൊണ്ട ഒരു കളിമൺ പാത്ര നിർമ്മാണ രീതിയാണ്. താരതമ്യേന കുറഞ്ഞ ചൂടിൽ ചുട്ടെടുക്കുന്ന കളിമൺ പാത്രങ്ങളാണവ.

ഹൊനാമി കോയിറ്റ്സുവിന്റെ വെള്ള *റാകു* വളരെ ചരിത്ര പ്രാധാന്യമുള്ള ഒന്നായിട്ടാണ് കരുതപ്പെടുന്നത്. കാരണം അതിൽ വാബി സാബിയുടെ തത്ത്വം മുഴുവൻ ലയിച്ചു ചേർന്നിട്ടുണ്ട്. നാലിഞ്ച് മാത്രം ഉയരമുള്ള ഈ കൊച്ചു സൃഷ്ടി കണ്ടപ്പോൾ ആ സൃഷ്ടിയുടെ ലാളിത്യം എന്റെ ഹൃദയത്തെ നിറയ്ക്കുന്നതായി എനിക്ക് തോന്നി.

എന്റെ കണ്ണുകൾ ഈറനണിഞ്ഞു. ഹൊനാമി കൊയിറ്റ്സു

വിന്റെ മൗണ്ട് ഫ്യൂജി നിരീക്ഷിച്ചുകൊണ്ടിരുന്നപ്പോൾ ഞാൻ വികാരാധീനനായി.

ഹൊനാമി കോയിറ്റ്സു നിർമ്മിച്ച കളിമൺ റാകു പാത്രം. ജാപ്പനീസ് ഗവൺമെന്റ് ഇതിനെ ദേശീയ നിധിയായി പ്രഖ്യാപിച്ചിട്ടുണ്ട്.

വലിയ ഘടനകൾക്ക് ഉപയുക്തമായ വടിവൊത്ത പരന്ന ഉപരിതലങ്ങളും കൃത്യമായ രൂപഘടനയുമുപയോഗിച്ച് വ്യർത്ഥമായ സൃഷ്ടികൾ നടത്തുന്ന ആധുനികതയ്ക്ക് നേർവിപരീതമാണ് വാബി സാബി. ഈ പറഞ്ഞരീതിയിലുള്ള സൃഷ്ടിയ്ക്ക് വിപരീതമായ *റാകു* വസ്തുക്കൾ അനന്യമായവമാണ്. ആർക്കും അനുകരിക്കാൻ പോലും സാധിക്കാത്തതാണ് ഹോനാമി കൊയിറ്റ്സുവിന്റെ "മൗണ്ട് ഫ്യൂജി".

ആ കൊച്ചുപാത്രത്തിന്റെ സൗമ്യമായ നിമ്നോന്നതകളിൽ നിന്ന് നിങ്ങൾക്ക് മാറ്റൊരു പർവ്വതത്തിലേയ്ക്ക് വാസ്തവമായി നടക്കാവുന്നതാണ്. ആ ദിവസം തന്നെ ഞാൻ കിരിഗാമൈൻ പർവ്വതം കയറുകയുണ്ടായി. ആ വാക്കിന്റെ അർത്ഥം "കോടമഞ്ഞിനുള്ളിൽ" എന്നാണ്. ആ പർവ്വതത്തിലേയ്ക്ക് കയറിപ്പോകാനുള്ള വഴികൾ ആ മ്യൂസിയത്തിന്റെ തൊട്ടടുത്തുനിന്നാണ് ആരംഭിക്കുന്നത്. അതൊരു തെളിഞ്ഞ ദിവസമായിരുന്നു. അതിന്റെ ഉച്ചിയിൽ നിന്ന് എനിക്ക് ജാപ്പനീസ് ആൽപ്സ് നിരകളെ വീക്ഷിക്കുവാൻ സാധിച്ചു. എന്നിട്ട് ഞാൻ അവിടെ ഒരു പാറപ്പുറത്തിരുന്ന് *ഓനിഗിരി* (അരിയുണ്ട) കഴിയ്ക്കുകയും ഗ്രീൻ ടീ കുടിയ്ക്കുകയും ചെയ്തു.

കിരിഗാമൈനിന്റെ ഉച്ചിയിൽ ഇരിക്കുമ്പോൾ ഹോനാമി കോയിറ്റ്സുവിന്റെ വെള്ള *റാകു*വിന്റെ സ്മൃതികൾ എന്നിൽ ഉണരുകയും അതെന്നിൽ സന്തോഷത്തിന്റെ തിരയിളക്കമുണ്ടാക്കുകയും ഞാൻ പ്രകൃതിയുമായി ആഴത്തിലുള്ള ഒരു പാരസ്പര്യത്തിലാകുകയും ചെയ്തു. എന്റെ ഹൃദയത്തിൽ ആ പാത്രവും നാഗാനോയുടെ പ്രകൃതിദത്തമായ അന്തരീക്ഷവും ഒരേ അനുഭവത്തിന്റെ വേർപിരിക്കാനാവാത്ത ഘടകങ്ങളായി. പ്രകൃതിയുടെ സത്തയും വാബി സാബി കലയും ഒന്നുതന്നെയാണ്.

വാബി സാബി വാസ്തുകല

രണ്ട് വർഷം മുമ്പ് ഞാൻ യൂറോപ്പിലേയ്ക്ക് ഒരു നീണ്ട യാത്ര പോയി. വളരെ സൂക്ഷ്മമായ വിശദാംശങ്ങളോടെ രൂപകല്പന ചെയ്ത ചരിത്രപരമായ നഗരങ്ങളുടെ ശില്പചാരുതയെ ആസ്വദിച്ചു കൊണ്ട് ആ യാത്രയ്ക്കിടയിൽ ഞാൻ തളരുവോളം നടക്കുമായിരുന്നു. എന്നിരുന്നാലും ആ സൃഷ്ടികളെല്ലാം നേർ രേഖകൾക്കായിരുന്നു പ്രാമുഖ്യം, വർത്തുളമായ രേഖകൾ അത്യാവശ്യമുള്ളിടത്ത് മാത്രമേ പ്രത്യക്ഷപ്പെടുന്നുള്ളൂ. പാശ്ചാത്യ വാസ്തുശില്പം കുറ്റമറ്റതായ സൃഷ്ടിയെ തേടുന്നു. അവ പരിശുദ്ധമായ ഇടങ്ങൾ സൃഷ്ടിക്കാൻ ശ്രമിക്കുന്നു. അവ ഏറെക്കുറെ ഈശ്വരന്റെ ഇരിപ്പിടത്തിന് അർഹമായവ തന്നെ.

പള്ളികളിലും കത്തീഡ്രലുകളിലും വാബി സാബിയുടെ ചില ലാഞ്ചനകൾ ഞാൻ ശ്രദ്ധിച്ചു, നിയന്ത്രണങ്ങളിൽ നിന്ന് രക്ഷപ്പെടാൻ ശ്രമിക്കുകയും ഉന്മാദത്തിന്റെ ചില നിഗൂഢതലങ്ങൾ അനാവരണം ചെയ്യാൻ ശ്രമിക്കുന്നതുപോലെയുമായിരുന്നു അവ. പക്ഷേ ബാർസിലോണിയയിൽ എത്തിയപ്പോഴായിരുന്നു എനിക്ക് കിഴക്കിനെയും പടിഞ്ഞാറിനെയും ശരിക്കും ബന്ധിപ്പിക്കുന്ന ഒരു കലാകാരനെ കണ്ടെത്താനായത്. അത് ആന്റണി ഗൗഡിയായിരുന്നു.

അദ്ദേഹത്തിന്റെ സാഗ്രഡ ഫാമിലിയ, കാസ മിലാ, പാർക്ക് ഗ്യൂൽ എന്നിവ നൂറ് ശതമാനം വാബി സാബിയാണ്.

അതിൽ ആദ്യത്തേതിന്റെ അസാമാന്യ വളവുകളും ഭൂമിയിലുള്ള അതിന്റെ നിൽപ്പുമെല്ലാം കണ്ടാൽ അഗ്നിപർവ്വതമോ മലയോ ഭൂമിയുടെ അന്തരാളത്തിൽ നിന്ന് ഉയർന്നുവന്നതുപോലെ തോന്നും. അത് പ്രകൃതി തന്നെ പടുത്തുയർത്തിയ ഒരു കലാസൃഷ്ടിയാണെന്ന് തോന്നും. ഗൗഡി പ്രകൃതിയെ മറികടക്കാനല്ല ശ്രമിച്ചത് പ്രകൃതിയുടെ സത്തയെത്തന്നെ ഉൾക്കൊള്ളുന്ന ഒരു കലാസൃഷ്ടിയുണ്ടാക്കുവാനാണ് ശ്രമിച്ചത്. പ്രകൃതിയുടെ സൃഷ്ടിയേക്കാൾ മികച്ച ഒരു സൃഷ്ടി നടത്തി തന്റെ അഹന്തയെ ലോകത്ത് അടിച്ചേൽപ്പിക്കാൻ ഗൗഡി ആഗ്രഹിച്ചിരുന്നില്ല

ആ കാറ്റലൻ വാസ്തുശില്പിയുടെ സൃഷ്ടിയ്ക്ക് സമാനമായ ജാപ്പനീസ് ഷിന്റോ നിർമ്മിതികളും ബൗദ്ധ ക്ഷേത്രങ്ങളും കൃത്രിമമായി എന്തെങ്കിലും അടിച്ചേൽപ്പിക്കാൻ ശ്രമിക്കാതെ അവർക്ക് ചുറ്റുമുള്ള പ്രകൃതിയുമായി ഇണങ്ങി നിൽക്കുകയാണ് ചെയ്യുന്നത്. ഈ വിശുദ്ധമായ ഷിന്റോ സൃഷ്ടികളെ ഞാൻ ഗൗഡിയുടെ "പാർക്ക് ഗ്യൂല്യ"മായിട്ടാണ് താരതമ്യം ചെയ്യുന്നത് ഇവിടെ പ്രകൃതിയും കൃത്രിമത്വവും ഒരേ ഘടകമെന്നതുപോലെ ലയിച്ച് ചേരുന്നു.

കലയിലെ വാബി സാബിയെ ചിത്രീകരിക്കാൻ ഉദാഹരണമായി നാം സ്വീകരിച്ച ആ കൊച്ചുപാത്രത്തിലേയ്ക്ക് നമുക്ക് ഒന്നുകൂടി മടങ്ങി അതിന്റെ ചില സവിശേഷതകൾ നോക്കാം.

യൂക്കി ടെക്കുഷ്ച എന്ന ജൈവീകമായ സംവിധാനം

റാകു സാങ്കേതികതകൊണ്ട് നിർമ്മിച്ച പാത്രങ്ങളുടെ സവിശേഷത അവയുടെ ജൈവികമായ സംരചനയാണ്. നിങ്ങൾ ആ വസ്തുക്കളെ നിരീക്ഷിക്കുന്ന അളവുകോലിനനുസൃതമായി അതിന്റെ രൂപഭാവങ്ങൾക്ക് നാടകീയമായ ചലനാത്മകത കൈവരുന്നു.

നിങ്ങൾ പത്തിഞ്ച് അടുത്ത് നിന്ന് നോക്കിയാലും പത്തടി ദൂരെ മാറിനിന്ന് നോക്കിയാലും ഒരേ നിറമുള്ള തികച്ചും പരന്ന പ്രതലങ്ങൾ എപ്പോഴും ഒരേപോലെയാണ് കാണപ്പെടുക. പര

ന്നതും തികവുള്ളവുമായ വസ്തുക്കൾ കൃത്രിമമായ ലോകത്ത് മാത്രം കാണപ്പെടുന്നവയാണ്. ക്രമരഹിതമായ ജൈവികമായ സംരചനകളുള്ള കലാരൂപങ്ങൾ മാത്രമേ വാബിസാബിയായി കരുതപ്പെടുന്നുള്ളു. കുറവുകൾ പോലെ മനുഷ്യന്റെ കണ്ണുകളെ ആകർഷിക്കുന്ന മറ്റൊന്നില്ല. അതുപോലെ ഏകാന്തതയേക്കാൾ മടുപ്പിക്കുന്ന മറ്റൊരു കാഴ്ചയുമില്ല.

എന്തെങ്കിലും മാറ്റമുണ്ടാകുമ്പോൾ കാഴ്ച മാത്രമല്ല മനുഷ്യന്റെ മറ്റ് ഇന്ദ്രിയങ്ങളും അതിനോട് ഒരേ പോലെ സംവദിക്കുന്നുണ്ട്. ചില ഗന്ധങ്ങളോട് നമുക്ക് ശീലം വരുമ്പോൾ നമുക്ക് അതിലുള്ള ഘ്രാണശേഷി നഷ്ടപ്പെടുന്നു. ഒരേ നാല് സ്വരങ്ങൾ ആവർത്തിക്കുന്ന ഒരു ഈണം നാം ശ്രവിച്ചുകൊണ്ടേയിരുന്നാൽ അത് മടുപ്പിക്കുന്നതും ആവർത്തനവിരസവുമായിത്തീരും. ഇനി സ്പർശനത്തിന്റെ കാര്യം. നമ്മളെ ഇതുവരെ സ്പർശിച്ചിട്ടില്ലാത്ത ഒരു വ്യക്തി നമ്മെ തലോടുകയാണെന്ന് കരുതുക. അത് നമ്മോടൊപ്പം വളരെയേറെ വർഷം ജീവിച്ച് നമ്മെ തലോടുന്ന ഒരു വ്യക്തിയുടെ സ്പർശനത്തിൽ നിന്ന് വ്യത്യസ്തമാണെന്ന് നാം തിരിച്ചറിയും.

ചലനാത്മകമായ എല്ലാ മാറ്റങ്ങളും വളരെ തീവ്രമായി നമുക്ക് തിരിച്ചറിയാൻ സാധിക്കും. ജൈവികമായ സംരചനകൾ തുടർച്ചയായ മാറ്റത്തിന്റെ യഥാർത്ഥ പ്രകടനങ്ങളാണ്

ലാളിത്യം : *കാൻസോ*

ഈ സൗന്ദര്യാത്മകവും ആത്മീയവുമായ സദ്ഗുണം ലക്ഷ്യമിടുന്നത് ഏറ്റവും കുറച്ച് വിഭവങ്ങളുപയോഗിച്ച് ഏറ്റവും മികച്ച ഫലങ്ങൾ കൈവരിക്കുക എന്നതാണ്. അനാവശ്യമായതും ഉപരിപ്ലവമായതുമായ എല്ലാം ഉപേക്ഷിച്ച്എന്താണോ അത്യാവശ്യമുള്ളത് അതിനായി ഇടം മാറ്റിവെയ്ക്കുക.

അത്യന്താപേക്ഷിതമല്ലാത്തതൊന്നും തന്നെ ചെയ്യാതിരിക്കുക.

അത്യാവശ്യമല്ലാത്ത എല്ലാ കാര്യങ്ങളും ഒഴിവാക്കിയാൽ

മാത്രമേ നമുക്ക് *കാൻസോ* നേടാനാകൂ. അത് ഒരു മനോഹരമായ ശില്പം അതിനെ പൊതിഞ്ഞിരുന്ന പാറയെ കുടഞ്ഞെറിഞ്ഞ് തന്റെ സമാധിയിൽ നിന്നുണരുന്നതുപോലെയാണ്.

ലാളിത്യമാണ് പരമമായ സങ്കീർണ്ണത. ഓസ്കർ വൈൽഡ് പറഞ്ഞത് "ലളിതമായ സന്തോഷങ്ങളാണ് സങ്കീർണ്ണതകളുടെ അവസാനത്തെ അഭയം" എന്നാണ്. അതുകൊണ്ട് തന്നെ ലാളിത്യത്തിനും സങ്കീർണ്ണതയ്ക്കുമിടയിൽ വളരെ സ്പഷ്ടമായ ഒരു കണ്ണിയുണ്ട്.

ഉദാഹരണത്തിന്, യുവ കവികൾ ചിലപ്പോൾ ലളിതമായ ആശയത്തെ സംവേദിപ്പിക്കുവാനായി ദീർഘമായ വാക്യങ്ങൾ എഴുതാറുണ്ട്. അവരുടെ പരിചയക്കുറവുകൊണ്ടും ആഴമില്ലായ്മയാലും അവർ സങ്കീർണ്ണതകളിൽ അനാവശ്യമായി കുടുങ്ങിപ്പോകുന്നു. ഇത് അവരുടെ കഴിവില്ലായ്മയുടെ സൂചകമായി മാറുന്നു.

എന്നാൽ മുതിർന്ന കവികൾ ജീവിതത്തിന്റെ അർത്ഥത്തെയും അസാധാരണമായ സങ്കീർണ്ണതകളെയും വെറും മൂന്ന് *ഹൈക്കു* വാചകങ്ങൾകൊണ്ട് പ്രകടിപ്പിക്കാൻ കഴിവുള്ളവരാണ്.

അസമമായവയും കുറവുകളുള്ളവയും : *ഫുക്കിൻസി*

ഫുക്കിൻസി-യുടെ അർത്ഥം അസമമായത്, ക്രമരഹിതമായത് എന്നെല്ലാമാണ്. വാബി സാബി കലയുടെ ഈ സവിശേഷതകളെ ചൂണ്ടിക്കാണിക്കുവാനായി ഉപയോഗിക്കുന്ന ഉദാഹരണം "എൻസോ വൃത്തം"മാണ്.

കയ്യെഴുത്ത് കലയുടെ (calligraphy) ഗുരുക്കന്മാർ പരിശീലിക്കുന്ന ഈ വൃത്തം ഒരിക്കലും സമമായ ആകൃതിയോടെയിരിക്കുകയില്ല. മറിച്ച് അതിൽ അത് വരയ്ക്കാനുപയോഗിച്ച ബ്രഷിന്റെ നൈസർഗികമായ ചലനം പ്രകടമായിരിക്കും. ഈ വൃത്തം പൂർണ്ണമായി അടഞ്ഞിരിക്കുകയുമില്ല. കാരണം *എൻസോ* ഇവിടെ നിലനിൽക്കുന്ന എല്ലാ വസ്തുക്കളുടേയും അപൂർണ്ണതയുടെ പ്രതീകമാണ്. അത് വാബി സാബിയുടെ ശുദ്ധമായ ആത്മാവാണ്.

വളരെ നന്നായി ചെയ്യപ്പെട്ട, നൈസർഗികമായി പ്രവഹിക്കുന്ന അസമമായ സൃഷ്ടികൾ മനോഹരങ്ങളാണ്. കാരണം ശാന്തതയിലൂടെ മാത്രമേ ഒരു കലാകാരൻ അരാജകത്വത്തിനുള്ളിലെ സമനില കണ്ടെത്താൻ സാധിക്കുകയുള്ളൂ. ഇതാണ് *ഫുക്കിൻസി*യുടെ സത്ത.

സ്വാഭാവികത : *ഷെസെൻ*

ഒരു ജപ്പാൻകാരനെ സംബന്ധിച്ചിടത്തോളം എല്ലാം കൂടുതൽ മനോഹരമാകുന്നത് അതിൽ കാലത്തിന്റെ കരസ്പർശമേൽക്കുമ്പോഴാണ്. സത്യത്തിൽ, വടുക്കളും പിഴവുകളുമാണ് ഒന്നിനെ സാധാരണത്വത്തിൽ നിന്ന് അനന്യതയിലേയ്ക്ക് ഉയർത്തുന്നത്. ഇത് ഒരു വ്യക്തിയിലെ ചുളിവുകളിലും വടുക്കളിലും അതുപോലെ തന്നെ ഒരു പാത്രത്തിലെ പാടുകളിലും തുരുമ്പിലും ഒരുപോലെ ബാധകമാണ്.

എന്താണോ സ്വാഭാവികവും അകൃത്രിമവുമായത്, അത് വാബി സാബിയാണ്.

ചുക്കിചുളിഞ്ഞ ശരീരവും ഒരു കൗമാരക്കാരന്റെ ചിരിയുമുള്ള ഒരു വൃദ്ധനെയോ വൃദ്ധയെയോ വാബി സാബി സൗന്ദര്യത്തിന്റെ പാരമ്യമായി വിശേഷിപ്പിക്കാവുന്നതാണ്.

പാശ്ചാത്യകല : *പൂർണ്ണതയെ തേടുന്നു*	**വാബി സാബി കല : *അപൂർണ്ണതയെ അംഗീകരിക്കുന്നു***
സമമായിരിക്കൽ	അസമമായിരിക്കൽ
പരിപൂർണ്ണതയ്ക്കുള്ള അന്വേഷണം	അപൂർണ്ണതകളെ സ്വീകരിക്കുന്നു
ഗ്രീക്കോ റോമൻ കാലഘട്ടത്തെ അനുപാതങ്ങളെ പിന്തുടരുന്നു	അനുപാതങ്ങൾ അപ്രധാനമാണ്
സംസ്കരിച്ചെടുക്കൽ	പരുക്കനായ അവസ്ഥ

സങ്കീർണ്ണത	ലാളിത്യം
കാഴ്ചക്കാരനിൽ മതിപ്പുളവാക്കാൻ ആവശ്യമുള്ളതിൽ കൂടുതൽ ചേർക്കാനുള്ള ശ്രമം	ആവശ്യമുള്ളത് മാത്രം ചേർക്കുന്നു
കൃത്രിമത്വം	എന്താണോ സ്വാഭാവികമായത് അതിനെ അംഗീകരിക്കൽ
പ്രൗഢിയും അതിശയവും ഉണർത്തുന്നത്	ഹൃദയത്തോട് ചേർന്ന് നിൽക്കുന്നത്
ബൗദ്ധികവും യുക്തിപരവുമായത്	അന്തർജ്ഞാനപരമായത്
പ്രതാപം കാട്ടുന്നത്	ലാളിത്യം നിറഞ്ഞുനിൽക്കുന്നത്
ശ്രേഷ്ഠമായത്	ഒതുക്കമുള്ളത്
നിശ്ചലമായത്	ചലനാത്മകമായത്
പരിമിതമായതിനെ പ്രതിനിധീ കരിക്കുന്നതിനാൽ സ്വയം പരിമിതമെപ്പെടുന്നു	അപരിമേയമായതിനെ ഉണർത്തുന്നു
ക്രമമായത്	അസമമായത്, പൊടുന്നനെ സംഭവിക്കുന്നത്
മനോഹരം പരിശുദ്ധം	ഉപയോഗിക്കപ്പെട്ടത്, പൊടിപിടിച്ചത്

നിങ്ങളുടെ ആദ്യത്തെ വാബി സാബി കല

എന്റെ നാട്ടുകാരനായ യനാഗി മുനേയോഷിയുടെ *മിംഗെ* തത്ത്വശാസ്ത്രം അനുസരിച്ച് ഒരു കലാകാരനാകാൻ ആഗ്രഹിക്കാതെ തന്നെ ഒരാൾക്ക് സൃഷ്ടിക്കാൻ കഴിയും. അത് സൗന്ദര്യത്തിനും വൈരൂപ്യത്തിനും അതീതമായ തത്ത്വത്തിൽ നിലകൊള്ളുന്നതാണ്.

താഴെക്കൊടുത്തിരിക്കുന്ന *മിംഗെ* തത്ത്വശാസ്ത്രമനുസരിച്ച് ഒരു വാബി സാബി വസ്തുവുണ്ടാക്കി കാണിക്കുവാൻ ഞാൻ നിങ്ങളെ വെല്ലുവിളിക്കുന്നു :

- അത് കൈകൊണ്ട് നിർമ്മിച്ചതായിരിക്കണം.
- അത് വിലപിടിപ്പില്ലാത്ത വസ്തുക്കൾകൊണ്ട് നിർമ്മിച്ചതായിരിക്കണം.
- ആർക്കുമതിനെ ശ്ലാഘിക്കുവാനും ഉപയോഗിക്കുവാനും സാധിക്കണം.
- അത് നിർമ്മിക്കപ്പെട്ട സ്ഥലത്തിന്റെ പ്രാതിനിധ്യം അതിൽ ഉണ്ടായിരിക്കണം

യനാഗി പ്രചോദനം പിന്തുടർന്ന് ഞാൻ ചെയ്തത് ഇതാണ് :

1. ഉപയോഗിച്ച വസ്തുക്കൾ വിൽക്കുന്ന കടയിൽ നിന്നും ഒരു മരത്തിന്റെ പലക വാങ്ങി.
2. അതിനെ പോളിഷ് ചെയ്തുവെങ്കിലും അതിലെ വട്ടുക്കൾ ഇല്ലാതാക്കാൻ ശ്രമിച്ചില്ല. മറിച്ച് അതിന്റെ ഇഴകൾ കൂടുതൽ എടുത്ത് കാണത്തക്ക രീതിയിൽ അതിൽ പണിയെടുത്തു. അങ്ങനെ ചെയ്ത് ആ പലകയിലെ ഒരു വട്ടുവിനെ അതിന്റെ മുഖ്യ ആകർഷണമാക്കിമാറ്റാൻ സാധിച്ചു.
3. ആ പലക എന്റെ ടട്ടാമി മുറിയുടെ ഒരു കോണിൽ വച്ച് അതിന് മീതെ ഒരു ചെറിയ പൂച്ചട്ടി വെയ്ക്കുകയും അതിൽ എന്റെ വീടിനരികിലുള്ള മലഞ്ചരിവിൽ നിന്നുള്ള പൂക്കൾ കൊണ്ട് അലങ്കരിക്കുകയും ചെയ്തു.

അങ്ങനെ എന്റെ ഈ ചെറിയ *മിംഗെ* സൃഷ്ടി വാബി സാബിയുടെ തത്ത്വങ്ങളെല്ലാം പിൻപറ്റുകയുണ്ടായി : ലാളിത്യം ***(കാൻസോ)*** സ്വാഭാവികത ***(ഷെസെൻ)*** അസമമായിരിക്കുക ***(ഫുകിൻസി)*** ജൈവികമായ സംരചന ***(യുകി ടെക്കുഷ്ച)***.

ധ്യാന വെളിവുകൾ

ഞാൻ കല്ലിട്ട വഴിയിലൂടെ (റോജി) ടീ-ഹൗസിലേയ്ക്ക് നടന്നു. ആ ചായസത്ക്കാര മുറിയുടെ വാതിലിനടുത്ത് നടന്നെത്തുംതോറും ആ പാത ഇടുങ്ങിവന്നു. ഞാൻ അവിടേയ്ക്കടുക്കുംതോറും എന്നിലുള്ള എന്തോ ഒന്ന് പരിണമിക്കുന്നുണ്ടായിരുന്നു. ഞാൻ ഈ ലോകത്ത് വർത്തിക്കുമ്പോൾ തന്നെ മറ്റൊരു ലോകത്തേയ്ക്ക് സഞ്ചരിക്കുന്നതുപോലെ, അത് ദൂരത്തായിരുന്നുവെങ്കിലും എന്റെ ഹൃദയത്തോടടുത്തായിരുന്നു. ഒടുവിൽ ഞാൻ അവിടെയെത്തി, എന്റെ ഷൂ അഴിച്ചപ്പോൾ ഞാൻ ആ പഴയ വ്യക്തിയായിരുന്നില്ല. ആ റോജിയിലൂടെ നടന്ന അതേ വ്യക്തിയായിരുന്നില്ല.

ശോകത്തിന്റെ സൗന്ദര്യം

"നിങ്ങളുടെ ആത്മാവിനെ എനിക്ക് ഒരു
സ്ഫടികരത്നം പോലെ നിരീക്ഷിക്കുവാനായി
എന്റെ കൈവെള്ളയിൽ വയ്ക്കുക. ഞാൻ
അതിനെ വാക്കുകളിൽ കുറിച്ചിടാം."

—യാസുനാരി കാവാബാത്ത

സൗന്ദര്യവും ജീവിതത്തിന്റെ ക്ഷണികമായ സ്വഭാവവും ഒത്തുചേരുന്ന ശോകഭാവത്തിൽ വാബി സാബിയുടെ സാന്നിദ്ധ്യം പ്രകടമാണ്. ശരത്കാലത്തെ സൂചിപ്പിക്കുന്ന ഫോട്ടോഗ്രാഫിലെ ഇലകളെല്ലാം കൊഴിച്ച മരങ്ങളെ ധ്യാനിക്കുമ്പോൾ നമുക്ക് ഇത് അനുഭവിക്കാം. നമ്മുടെ ആത്മാവിനെ കീഴടക്കുന്ന ആശ്ചര്യകരമായ എന്തെങ്കിലും അനുഭവിക്കുമ്പോഴോ അത് ഇല്ലാതാകുമെന്നറിയാമെങ്കിലും എന്നെന്നേയ്ക്കുമായി പിടിച്ചു വയ്ക്കാൻ ആഗ്രഹിക്കുമ്പോഴോ ഇങ്ങനെ തോന്നാം.

ഇത് എല്ലാവരും എന്നെങ്കിലുമൊരിക്കൽ അനുഭവിച്ചിട്ടുണ്ടാകും.

ഈയൊരവസരത്തിൽ ഞാൻ തെക്കേ തായ്ലാന്റിലെ കോ താവോ ദ്വീപിലേയ്ക്ക് സഞ്ചരിച്ചപ്പോഴുണ്ടായ ഒരു സംഭവം ഓർക്കുന്നു. എമറാൾഡ് കടലിന്റെ കരയിലുള്ള ഒരു ബംഗ്ലാവിൽ ഒരാഴ്ച വിശ്രമിച്ച ശേഷം ഞാൻ സായാഹ്ന ബോട്ടിൽ കരയിലേയ്ക്ക് മടങ്ങി. എനിക്ക് ബാങ്കോക്കിലേയ്ക്ക് മടങ്ങാനുള്ള ട്രെയിൻ

അവിടെ നിന്നായിരുന്നു പുറപ്പെട്ടുന്നത്. തുറമുഖത്ത് എത്തുന്നതിന് മുമ്പായി ഞാൻ നിറയെ മത്സ്യബന്ധനബോട്ടുകൾ നിറഞ്ഞ ഒരു കടലിടുക്കിലൂടെ പൊയ്ക്കൊണ്ടിരിക്കുകയായിരുന്നു.

ചുറ്റുമുള്ള കാഴ്ചകൾ കണ്ടുകൊണ്ട് ഞാൻ ബോട്ടിന്റെ ഡെക്കിൽ ഇരുന്നു. ആ പരമ്പരാഗത വഞ്ചികൾ സൂര്യവെളിച്ചത്തിൽ കുളിച്ചു നിൽക്കുന്ന കാഴ്ച എനിക്ക് ഹൃദയാവർജ്ജകമായി തോന്നി. ഡെക്കിൽ ചില കുടുംബങ്ങൾ അത്താഴം കഴിക്കുന്നുണ്ടായിരുന്നു. യുവാക്കൾ ചാക്കുകെട്ടുകളോ നന്നാക്കിയ വലകളോ ചുമന്നുകൊണ്ടു പോകുന്നുണ്ടായിരുന്നു. കുട്ടികൾ വെള്ളത്തിൽ കാലുകൾ ഇളക്കിയിരിക്കുന്നുണ്ട്.

ഗ്രാമീണജീവിതത്തിലെ ഒരു കാവ്യം പോലെ ചിത്രസമാനമായ ആ കാഴ്ചകൾ കണ്ട് എന്നിൽ എന്തെന്നില്ലാത്ത ഒരാഹ്ലാദവും അതോടൊപ്പം ഒരു ശോകവും നിറഞ്ഞു. ആ സ്ഥലത്തേയ്ക്ക് ഇനിയൊരിക്കലും മടങ്ങുകയില്ലെന്ന് എന്റെ ഹൃദയത്തിന്റെ ആഴത്തിൽ എനിക്കറിയാമായിരുന്നു, ഇപ്പോൾ ആ സ്ഥലത്തിന്റെ പേരുപോലും എനിക്കോർമ്മയില്ല. ആ അനുഭവം എന്നെ ആകവെ പൊതിയുന്ന വേളയിലും അത് എന്നെ വിട്ടുപോകുകയാണെന്ന് എനിക്കറിയാമായിരുന്നു. ഇതാണ് എന്നിലെ ശോകത്തിന് കാരണമായത്.

ഇതാണ് വാബി സാബി അനുഭവം.

പിൻവാങ്ങുന്ന കടലിന്റെ ഉണർവ്വ്

1216-ൽ അന്തരിച്ച ജാപ്പനീസ് കവിയും സന്ന്യാസിയുമായ കാമോ നോചോമി അദ്ദേഹത്തിന്റെ കാലത്ത് വാബിയുടെ അർത്ഥമെന്താണെന്ന് വിശദീകരിക്കുകയുണ്ടായി. അതിങ്ങനെയായിരുന്നു :

"വർഷകാലത്തെ മദ്ധ്യാഹ്ന ആകാശം തരുന്ന അനുഭൂതിയാണ് വാബി, എല്ലാ ശബ്ദങ്ങളും നിലയ്ക്കുമ്പോൾ പ്രകടമാകുന്ന നിറത്തിന്റെ ശോകഭാവമാണത്. ആ നിമിഷങ്ങളെ എന്തോ

കാരണത്താൽ മനസ്സിന് വിശദീകരിക്കാൻ സാധിക്കില്ല, അശ്രുക്കൾ നിറുത്താതെ പൊഴിഞ്ഞുകൊണ്ടിരിക്കും."

ഒരു പക്ഷേ മനസ്സിന് വിശദീകരിക്കാൻ കഴിയാത്തത് ജീവിതത്തിന്റെ ഈ നശ്വരതയെക്കുറിച്ചുള്ള നിശ്ചയത്താലാണ്. അത് ഞാൻ നേരത്തെ വിവരിച്ച രംഗം പോലെയാണ്. അതിൽത്തന്നെ അതിന്റെ ക്ഷണികതയും ഉൾക്കൊള്ളുന്നുണ്ട്. നമ്മൾ അതിലൂടെ പറന്നുപോകുന്ന പറവകളാണെന്ന ബോധ്യം സൗന്ദര്യത്തിന്റെയും ജീവിതത്തിന്റെ തന്നെയും ഒരു ശോക ഭാവത്തെ നമ്മിൽ ഉണർത്തുന്നു.

ഇങ്ങനെയുള്ള നിമിഷത്തിൽ കാഴ്ചയിലൂടെയോ നമ്മുടെ വൈയക്തികമായ അനുഭവത്തിലൂടെയോ നമ്മളിലേയ്ക്ക് വന്നെത്തുന്ന ഈ ആനന്ദം നമ്മൾ എവിടെനിന്നോ കടമെടുത്തത് പോലെയാണെന്നും അത് അധികം വൈകാതെ നമ്മളിൽ നിന്ന് അപഹരിക്കപ്പെടുമെന്നും നമുക്ക് അനുഭവപ്പെടും. അതു കൊണ്ട് തന്നെ അത് ഒരിക്കലും പൂർണ്ണമായും നമ്മുടേതല്ല. അതാണ് അതിന്റെ മൂല്യത്തെ വർദ്ധിപ്പിക്കുന്നത്.

ഇതിൽ *വാബി*യുടെ കൂടെ സഞ്ചരിക്കുന്ന സാബിയുടെ കാര്യമെന്താണ്?

സാബി എന്ന വാക്ക് ഉപയോഗിച്ചത് ജാപ്പനീസ് കവിതയുടെ തീവ്രമായ സൗന്ദര്യത്തെ വിവരിക്കാനാണ്, ഈ ഹൈക്കു കവിതകൾ ബ്രഷുകൊണ്ടുള്ള മൂന്ന് കോറിയിടലുകളാൽ, ശരത്കാലത്തിലെ പൊഴിഞ്ഞ ഇലകൾക്കിടയിൽ ഇരതേടുന്ന കുരുവിയെ ആവിഷ്കരിക്കുന്നു.

ഇനിയും കുറേക്കൂടി പിന്നോട്ട് പോയാൽ എട്ടാം നൂറ്റാണ്ടിൽ ബുദ്ധസന്ന്യാസിയായ മാൻസെയ് വളരെ നൂതനമായ ശൈലിയിലുള്ള കവിതകൾ എഴുതിയിരുന്നതായി കാണാം. അവ വാബി സാബിയുടെ ആത്മാവ് ഉൾക്കൊള്ളുന്നവയായിരുന്നു.

ആ കവിതകളുടെ അവശേഷിക്കുന്ന ഏതാനും വരികൾ ഇങ്ങനെയാണ് :

ഈ ലോകത്തെ ഞാൻ എന്തിനോടാണ് ഉപമിക്കേണ്ടത്?

പുലർകാലത്തിലേയ്ക്ക് തുഴഞ്ഞുനീങ്ങുന്ന ബോട്ട് അവശേഷിപ്പിക്കുന്ന ശുഭ്രമായ ഉണർവ്വിനോടോ?

ശോകം കൊണ്ട് എന്താണ് പ്രയോജനം?

നമ്മൾ നിരന്തരം സന്തുഷ്ടരായിരിക്കാൻ നിർബന്ധിതമാകുന്ന ഈ സമൂഹത്തിൽ, വിഷാദത്തെ മരുന്നുകളിലൂടെ അമർച്ച ചെയ്യാൻ ശ്രമിക്കുമ്പോൾ വാബി സാബി നമ്മെ പൊതിഞ്ഞിരിക്കുന്ന യാഥാർത്ഥ്യത്തിന്റെ ഒരു പ്രൗഢമായ വീക്ഷണം നല്കുന്നു. യാഥാർത്ഥ്യം അപരിമേയമായ സന്തോഷമോ ദുഃഖമോ നല്കുന്നില്ല. നമ്മൾ നേരത്തെ കണ്ടതുപോലെ അത് ഒരേ സമയം രണ്ട് വികാരങ്ങളെയും ഉൾക്കൊള്ളുന്നു. അവിടെയാണ് അതിന്റെ സൗന്ദര്യമിരിക്കുന്നത്.

കാരണം എല്ലാ നഷ്ടവും അതിനകത്ത് തന്നെ നേട്ടത്തെ വഹിക്കുന്നുണ്ട്.അത് നമ്മുടെകൈയ്യിൽ അവശേഷിക്കുന്നതിനെ കൂടുതൽ മൂല്യമുള്ളതാക്കുന്നു. ആരെങ്കിലും കഠിനമായ രോഗത്തെ മറികടന്നുവെന്നിരിക്കട്ടെ അവരുടെ ശക്തി മുഴുവൻ അതിനായി വിനിയോഗിച്ച് ക്ഷയിച്ചുവെങ്കിലും അത് ജീവിതത്തെ കൂടുതൽ വിലമതിക്കാൻ അവരെ പര്യാപ്തരാക്കിയിട്ടുണ്ടാകും. അവർ മരണ വാതിലിൽ നിന്ന് തിരിച്ചുവന്നവരാണെങ്കിൽ തീർച്ചയായും അവർക്ക് ഓരോ നിമിഷത്തിന്റെയും മൂല്യമെന്താണെന്ന അറിവ് ലഭിച്ചിട്ടുണ്ടാകും. അവർ ആ ഓരോ നിമിഷത്തെയും ആസ്വദിക്കാനുള്ള തിരക്കിലായിരിക്കും.

നമ്മൾ ഒരു മരണവീട്ടിൽ ചെന്ന് മടങ്ങുമ്പോൾ ഇത് തന്നെ നമുക്കും സംഭവിക്കാറുണ്ട്. നാം ജീവിതത്തിന്റെ ക്ഷണികതയെ കുറിച്ച് തിരിച്ചറിയും. അപ്പോൾ നാം നമ്മുടെ ജീവിതം കുറേ കൂടി ശ്രേഷ്ഠമായ രീതിയിൽ ജീവിക്കുമെന്ന് തീരുമാനിക്കുകയും ഈ ലോകംവിട്ട് പോകുമ്പോൾ നമ്മുടെ കണക്കുപുസ്തകത്തിൽ ആസ്വാദ്യകമായി ജീവിക്കേണ്ടിവരുന്ന നിമിഷങ്ങളുടെ കണക്കുകളൊന്നും ബാക്കിയുണ്ടാവരുതെന്ന് ഉറപ്പിക്കുകയും ചെയ്യുന്നു.

ഇതാണ് ശോകത്തിന്റെ ഗുണങ്ങളിൽ ഒന്ന്. വസ്തുക്കളുടെ ക്ഷണികതയെക്കുറിച്ച് ബോധവാനാകുമ്പോൾ നാം അവയ്ക്ക് കൂടുതൽ പ്രാധാന്യം നല്കുന്നു. അതേ സമയം തന്നെ അത് നമുക്ക് യാഥാർത്ഥ്യത്തെക്കുറിച്ച് ആഴത്തിലുള്ള ഉൾക്കാഴ്ച നല്കുന്നു. ഇത് തന്നെയാണ് കലയുടെ കാര്യത്തിലും സംഭവിക്കുന്നത്.

സൂക്ഷ്മമായ ശോകഭാവങ്ങളുള്ള സംഗീതം വളരെ ആവേശകരമായ ഒരു പട്ടാള മാർച്ചിന്റെ സംഗീതത്തേക്കാൾ ശ്രേഷ്ഠമാണെന്ന് നാം പറയാറുണ്ട്. അതുപോലെ തന്നെ ഒരു ന്യൂനതകളുമില്ലാതെ പരസ്പരം സ്നേഹിക്കുന്ന ദമ്പതികളെക്കുറിച്ചും അല്ലെങ്കിൽ വളരെ പൂർണ്ണതയുള്ള സന്തുഷ്ട കുടുംബ ജീവിതത്തെക്കുറിച്ചും ഒരു നല്ല നോവൽ എഴുതുക എന്നത് പ്രയാസമുള്ള കാര്യമാണ്.

പെർസ്പെക്റ്റീവ് ഓൺ സൈക്കോളജിക്കൽ സയൻസ് എന്ന ജേർണലിൽ പ്രസിദ്ധീകരിച്ച ഒരു പഠനത്തിൽ ജീവിതത്തിൽ വളരെയധികം സംതൃപ്തരായ ആളുകൾക്ക് സ്വയം വിമർശനമില്ല എന്നും അവർക്ക് സ്വയം മെച്ചപ്പെടുത്താനുള്ള ആഗ്രഹം കുറവാണ് എന്നും അത് അവരുടെ വിജയത്തിലേയ്ക്കുള്ള സാധ്യതയെ കുറയ്ക്കുന്നുവെന്നും വെളിപ്പെടുത്തുകയുണ്ടായി.

ഈ പഠനത്തിനായി നടത്തിയ ഒരു സർവ്വേയിൽ അവരുടെ സന്തോഷത്തിന്റെ തോത് 8/10 എന്ന് രേഖപ്പെടുത്തിയവർ 9 *(വളരെ സന്തുഷ്ടർ)* എന്ന് രേഖപ്പെടുത്തിയവരെക്കാളും 10 *(അത്യധികം സന്തുഷ്ടർ)* എന്ന് രേഖപ്പെടുത്തിയവരെക്കാളും കൂടുതൽ വജയിച്ചവരായി കണ്ടെത്തുകയുണ്ടായി.

അതിന്റെ അന്തിമ നിഗമനം ഇങ്ങനെയാണ്; വളരെ ഉയർന്ന അളവിലുള്ള സംതൃപ്തി യാഥാർത്ഥ്യത്തെക്കുറിച്ചുള്ള നമ്മുടെ കാഴ്ചയെ മറയ്ക്കുകയും അങ്ങനെ നമ്മെ സ്വയം സഹായിക്കുന്ന നമ്മുടെ ഉള്ളിൽ തന്നെയുള്ള ഉപകരണങ്ങൾ ജോലിയൊന്നുമില്ലാതെ തുരുമ്പെടുത്ത് പോകാനും സാധ്യതയുണ്ട്. എല്ലാം വളരെ ഗംഭീരമാണെങ്കിൽ അതിനെ മെച്ചപ്പെടുത്താനായി ഒരു ശ്രമവും നടത്തേണ്ടതില്ലല്ലോ.

ഫ്രഞ്ച് നോവലിസ്റ്റായ ഗുസ്താവ് ഫ്ളോബേർ ഒരു പടികൂടി

കടന്ന് ഇങ്ങനെയൊരു പ്രസ്താവന നടത്തുന്നുണ്ട് : "സുദീർഘമായി ഒരുവൻ സന്തോഷത്തിലായിരിക്കണമെങ്കിൽ അയാൾ പരിപൂർണ്ണനായും വിഡ്ഢിയായിരിക്കണം."

ആ വാചകത്തിന് പ്രകോപനപരമായ സ്വഭാവമുണ്ടെങ്കിലും സമ്പൂർണ്ണമായ മനുഷ്യാത്മാവിന് – അത് വളരെ സങ്കീർണ്ണമായ ഒന്നാണ് – നിശ്ചയമായും സന്തോഷത്തെയും സന്താപത്തെയും പുൽകേണ്ടിവരും.

അതുപോലെ നമ്മുടെ ജീവിതത്തെ വിലമതിയ്ക്കുക, നമ്മുടെ ഉൾക്കാഴ്ചയ്ക്ക് ആഴവും അറിവും നല്കുക എന്നിവയ്ക്കു പുറമെ വാബി സാബി ശോകം നമ്മുടെ വൈയക്തിക ജീവിതത്തിൽ മറ്റ് ചില നേട്ടങ്ങളും നല്കുന്നു. അത് അവനവനെത്തന്നെ അറിയാനുള്ള ഒരു വഴിയാണ്.

- *അത് ആത്മജ്ഞാനത്തിലേയ്ക്കുള്ള പാതയാണ്.* കാരണം ദുഃഖം എന്നത് നമുക്ക് സാധാരണയായി കാണുന്നതിനപ്പുറത്തേയ്ക്ക് കാണാൻ അനുവദിക്കുന്ന ഒരു കണ്ണാടിയാണ് എന്നതുകൊണ്ട് വാബി സാബിയുടെ ശോകഭരിതമായ പ്രതിഫലനം നമുക്ക് ലോകത്തെക്കുറിച്ചുള്ള മഹത്തായ തിരിച്ചറിവ് നല്കുമെന്ന് മാത്രമല്ല നമുക്ക് നമ്മുടെ ആത്മാവിനെക്കുറിച്ച് മനനം ചെയ്യാൻ അനുവദിക്കുകയും ചെയ്യുന്നു – അതായത് നാം നിരീക്ഷിക്കുന്നതിനെ വളരെ സ്പഷ്ടമായി പ്രതിഫലിപ്പിക്കുന്നു.
- *അത് മറ്റുള്ളവരോടുള്ള നമ്മുടെ സഹതാപം വർദ്ധിപ്പിക്കുന്നു.* ജീവിതത്തിന്റെ ക്ഷണികതയും അനുദിനം മാറിമറിയുന്നതുമായ അതിന്റെ സ്വഭാവവും അതിലെ സന്തോഷവും ദുഃഖവും എല്ലാം തിരിച്ചറിയുന്നത് നമ്മെ ദുരിതമനുഭവിക്കുന്നവരെക്കുറിച്ച് നന്നായി മനസ്സിലാക്കാനും അവരെ സഹായിക്കാനും അനുവദിക്കുകയും ആഘോഷത്തിന്റെ സന്ദർഭങ്ങളെ വളരെ ആവേശത്തോടെയും അവബോധത്തോടെയും പങ്കുവെയ്ക്കാൻ സഹായിക്കുകയും ചെയ്യുന്നു.

- *അത് നമ്മെ കൂടുതൽ കലാബോധമുള്ളവരാക്കുന്നു.* യാഥാർത്ഥ്യത്തിന്റെ വാബി സാബി മുഖത്തേയ്ക്ക് ഊളിയിട്ടിറങ്ങുന്നത് നമുക്ക് പുതിയ ആശയങ്ങളെ നല്കുകയും നമ്മുടെ സംവേദനത്തിന്റെ വ്യാപ്തി വർദ്ധിപ്പിക്കുകയും സൗന്ദര്യത്തെ സൃഷ്ടിക്കുവാനുള്ള നമ്മുടെ ആഗ്രഹത്തെ ഊട്ടിവളർത്തുകയും ചെയ്യുന്നു. അത് നമ്മെ നമ്മുടെ ജീവിതത്തെത്തന്നെ ഒരു കലയാക്കി മാറ്റാൻ ആഗ്രഹമുള്ളവരാക്കുകയും നമ്മെ കൂടുതൽ ലോകപരിചയമുള്ളവരാക്കുകയും ചെയ്യുന്നു. കാരണം അത് ക്ഷണികമാണെന്ന് നമുക്ക് ഉത്തമബോധമുണ്ട്.

വാബി സാബി പാശ്ചാത്യ ലോകത്ത്

ജീവിതത്തെയും സൗന്ദര്യത്തെയും ജാപ്പനീസ് രീതിയിൽ മനസ്സിലാക്കുന്നതിനെ സംഗ്രഹിക്കുകയാണ് വാബിസാബി തത്ത്വശാസ്ത്രം ചെയ്യുന്നത്. പക്ഷേ ചില പാശ്ചാത്യ കവികളിൽ നമുക്ക് സമാനമായ സമീപനം കാണാം. ഞാൻ അവയിൽ രണ്ടെണ്ണം ഇവിടെ ഉദ്ധരിക്കാം. ഒന്ന് ഒരു പോർച്ചുഗീസ് കവിയാണ്, മറ്റൊന്ന് ജർമനിക്കാരനും.

ഇരുപതാം നൂറ്റാണ്ടിന്റെ തുടക്കത്തിൽ, ഭാഷാശാസ്ത്രജ്ഞനും തത്ത്വചിന്തകനും കവിയുമായ ഫെർണാണ്ടോ പെസ്സോവ തന്റെ ചിന്തകളും വികാരങ്ങളും അഭിനിവേശങ്ങളും നാല് വ്യത്യസ്ത വൈവിധ്യമാർന്ന പദങ്ങളിലൂടെ പ്രകടിപ്പിച്ചു : അദ്ദേഹം, റിക്കാർഡോ റെയ്സ്, ആൽബെർട്ടോ കെയ്റോ, ടബാക്കാറിയ (ദ ടുബാക്കോയിസ്റ്റാസ്) എന്ന കവിത സൃഷ്ടിച്ച അൽവാരോ ഡി കാമ്പോസ്, എന്നിവർ കവിതയെ സമർത്ഥിച്ചു.

ഞാൻ ഒന്നുമല്ല,
ഞാൻ ഒരിക്കലും ഒന്നുമാകില്ല.
ഞാൻ ഒന്നുമാകാൻ ആഗ്രഹിക്കുന്നില്ല.
ഇതു കൂടാതെ, എന്റെയുള്ളിൽ ലോകത്തിലെ
എല്ലാ സ്വപ്നങ്ങളുമുണ്ട്.

എല്ലാ സാധ്യതകളും ഉൾക്കൊള്ളുന്ന ഒരു ശൂന്യമായ ക്യാൻവാസായ സെൻ ബുദ്ധമതത്തിന്റെ ശൂന്യതയോ ഒന്നുമില്ലായ്മയോ നമുക്ക് ഇവിടെ കാണാം.

ഇതിലും നിഗൂഢവും ഇതിനേക്കാൾ അധികം വാബി സാബിയുമായ കവിത ഹെർമെൻ ഹെസ്സെ തന്റെ മരണത്തിന് തൊട്ട് മുമ്പ് എഴുതിയിട്ടുണ്ട്. ഈ നോബൽ ജേതാവായ ജർമൻ എഴുത്തുകാരൻ എപ്പോഴും കിഴക്കിനോട് ആഭിമുഖ്യമുള്ളയാളായിരുന്നു. അദ്ദേഹത്തിന് ജാപ്പനീസ് സൗന്ദര്യ ശാസ്ത്രത്തെക്കുറിച്ചും സെന്നിനെക്കുറിച്ചും അതിലെ പരമ്പരാഗത കവികളെക്കുറിച്ചും ആഴത്തിലുള്ള അവഗാഹമുണ്ടായിരുന്നു.

"ക്രീക്കിങ്ങ് ഒഫ് എ ബ്രോക്കൺ ബ്രാഞ്ച്" എന്ന കവിതയിൽ ഹെസ്സെ ജീവിതത്തിന്റെ ക്ഷണികതയെയും ദുർബ്ബലതയെയും കുറിച്ചും അതേ സമയം ആ ദുർബ്ബലതയെ വീരോചിതമായി നേരിടുന്നതിനെക്കുറിച്ചും വളരെ ശക്തമായ ചിത്രം അനാവരണം ചെയ്യുന്നുണ്ട്.

തകർന്ന ചില്ലകൾ
വർഷംതോറും തൂങ്ങിക്കിടക്കുന്നു,
അതിന്റെ ഉണങ്ങിയ ചില്ലകൾ കാറ്റിനോട് പാടുന്നു
ഇലകളില്ലാതെ, പുറംതൊലിരഹിതമായ,
ദീർഘകാലമായി ശുഷ്കിച്ചുപോയ,
മഞ്ഞിച്ച് നീളമുള്ള ഒരു വാൽ മരണത്തിനോടടുക്കുന്നു,
അതിന്റെ ശാഠ്യമുള്ള പാട്ട് കഠിനമായിത്തോന്നുന്നു,
മനപ്പൂർവ്വമുള്ളതായി തോന്നുന്നു,
രഹസ്യമായി ഭയപ്പെട്ടിട്ടുള്ളതായി തോന്നുന്നു.
എങ്കിലും ഒരു വേനൽക്കാലം കൂടി
ഒരു ശൈത്യകാലത്തേക്കായിട്ടെങ്കിലും.

ധ്യാന വെളിവുകൾ

പൂർണ്ണതയാണ് നിങ്ങളുടെ ലക്ഷ്യമെങ്കിൽ
അത് നിങ്ങളുടെ ജീവിതത്തിന്റെ
എല്ലാ വശങ്ങൾക്കും നിറം പകരും.
വിഷാദമൂകമായ ഒരു മുളങ്കാട്ടിൽ വഴിതെറ്റി
പോകുമ്പോൾ നിങ്ങൾ അന്ധരാകും.
കാടിനെ അതിന്റെ എല്ലാ പ്രൗഢിയോടെയും
കാണണമെങ്കിൽ അപൂർണ്ണതയെയാണ്
നിങ്ങൾ ആഗ്രഹിക്കേണ്ടത്.

വഴക്കമില്ലായ്മയിൽ നിന്ന് സ്വാഭാവികതയിലേക്ക്

"വിശ്രമിച്ച് ദയാലുക്കളായിരിക്കുക,
നിങ്ങൾ ഒന്നും പ്രകടിപ്പിക്കേണ്ടതില്ല."

—ജാക്ക് കെറോക്ക്

കാര്യങ്ങൾ എങ്ങനെയോ അങ്ങനെയാണ്, അല്ലാതെ അത് നമ്മുടെ ഇഷ്ടപ്രകാരം ആയിരിക്കണമെന്നതല്ല എന്നതാണ് വാബി സാബിയുടെ ഏറ്റവും സുപ്രധാനമായ പാഠം. സത്യത്തിൽ അവയ്ക്ക് കേവലമായ ഒരു നിലനിൽപ്പ് പോലുമില്ല. എല്ലാം നിരന്തരമായി മാറിക്കൊണ്ടിരിക്കുകയാണ്.

പ്രകൃത്യാൽ തന്നെ ക്ഷണികമായിരിക്കുന്നത് ശാശ്വതമായിരിക്കണമെന്ന നമ്മുടെ ആഗ്രഹമാണ് മനുഷ്യന്റെ എല്ലാ ദുരിതങ്ങൾക്കും കാരണമെന്ന് ബുദ്ധൻ നമുക്ക് മുന്നറിയിപ്പ് നല്കിയിരുന്നുവെന്ന് നമ്മൾ നേരത്തെ കാണുകയുണ്ടായി. ചില ഉദാഹരണങ്ങൾ നോക്കാം :

- പുതിയതായി വാങ്ങിയ കാറിൽ അധികം വൈകാതെ തന്നെ ആദ്യത്തെ പോറൽ വീഴും. പിന്നെ ക്രമേണ അതിൽ വടുക്കളുണ്ടാകും അത് നശിച്ചുകൊണ്ടിരിക്കും. അത് എന്നും പുതിയതുപോലെ നിലനിർത്താൻ ആഗ്രഹിക്കുന്നത് നിങ്ങളെ സ്വയം ഒരു അസംബന്ധ പരീക്ഷണത്തിന് ഇരയാക്കുന്നതിന് തുല്യമാണ്.

- ജീവിതത്തിന്റെ വിവിധ ഘട്ടങ്ങളിലൂടെ മാറുന്ന സൗഹൃദം – അതിൽ ഉയർന്ന തലങ്ങളുണ്ട് മദ്ധ്യത്തിലുള്ളതും താഴ്ന്നതുമായ നിമിഷങ്ങളുണ്ട്. സുദീർഘമായ മൗനങ്ങൾ, ധാരണയുടെ അഭാവം എന്നിവയാൽ അതിൽ അകൽച്ച സൃഷ്ടിക്കപ്പെടാം. ഈ യാത്രയ്ക്ക് വഴക്കം ആവശ്യമാണ്.
- തിളങ്ങുന്ന ഇരുമ്പിന് തുരുമ്പ് പിടിക്കുകയും അതിന് മറ്റൊരു തരത്തിലുള്ള സൗന്ദര്യം ലഭിക്കുകയും ചെയ്യുന്നതു പോലെ നമ്മുടെ ശരീരത്തിന് തന്നെ വയസ്സാവുകയും അതിന്റേതായ രൂപമാറ്റങ്ങളുണ്ടാകുകയും ചെയ്യും. ക്ഷണികതയാൽ നയിക്കപ്പെടുന്ന ഈ ലോകത്ത് പിന്നെ എന്തിനാണ് കുറ്റമറ്റതിനായുള്ള അന്വേഷണവും ഇടുങ്ങിയ ചിന്താഗതിയും വച്ചുപുലർത്തുന്നത്.

ഇനി നമുക്ക് രണ്ടര സഹസ്രാബ്ദങ്ങൾ പിന്നോട്ട് സഞ്ചരിച്ച് പുരാതന ഗ്രീസിലെ എഫസെസ് എന്ന നഗരത്തിൽ എത്തിച്ചേരാം. നമ്മൾ സെന്നിനെക്കുറിച്ചും എല്ലാ വസ്തുക്കളുടെയും ക്ഷണികതയെക്കുറിച്ചും പ്രതിപാദിച്ചുകൊണ്ടിരുന്ന ഭാഗത്ത് എഫസെസിലെ ഒരു തത്ത്വചിന്തകനെക്കുറിച്ച് ലഘു പരാമർശം നടത്തുകയുണ്ടായി.

നമുക്ക് ആ ക്ഷണികമായ ജലത്തിലേയ്ക്ക് അല്പംകൂടി ആഴത്തിൽ ഒന്ന് ഊളിയിട്ടുനോക്കാം.

മാറ്റത്തിന്റെ ഇരട്ട ചക്രം

സോക്രട്ടീസിന് മുമ്പുള്ള തത്ത്വചിന്തയിലെന്നപോലെ ഹെരാക്ലീറ്റസിന്റെ ഏതാനും ചില ചിന്താശകലങ്ങൾമാത്രമാണ് ഇപ്പോൾ അവശേഷിക്കുന്നത്. അതിൽ പലതും അദ്ദേഹത്തിന്റെ മരണശേഷം അദ്ദേഹം പറഞ്ഞത് കേട്ടവരുടെ സാക്ഷ്യത്തിന്റെ രൂപത്തിലുള്ളത് രേഖപ്പെടുത്തി വച്ചിട്ടുള്ളതാണ്.

മുപ്പത്തിയാറ് വർഷത്തോളം പെരിപ്പറ്റെറ്റിക് സ്കൂളിന്റെ നിർദ്ദേശകനായിരുന്ന തിയോഫ്രാസ്റ്റസ് തന്നെക്കുറിച്ച് പറ

ഞ്ഞത്, വിഷാദം കാരണം തനിക്ക് ഒരിക്കലും തന്റെ ജോലികൾ പൂർത്തിയാക്കാൻ സാധിച്ചിരുന്നില്ല എന്നാണ്.

"ഒരേ നദിയിലേക്ക് നമുക്ക് രണ്ട് തവണ കാല് കുത്താൻ സാധിക്കില്ല" എന്നത് ഗ്രീക്ക് ചിന്തകരിൽ നിന്ന് നമ്മളിലേയ്ക്ക് പകർന്നുകിട്ടിയ ആപ്തവാക്യങ്ങളിലൊന്നാണ്. എന്നാൽ അതിന്റെ ശരിയായ പരിഭാഷ ഇങ്ങനെയാണ് *"ഒരേ നദിയിലേയ്ക്ക് നാം ഇറങ്ങുന്നു, എന്നാൽ ഇറങ്ങുന്നില്ല, കാരണം നമ്മളും ആ നദിയും ഒന്നല്ല."*

ഇതിൽ രണ്ടാമത്തെ പരിഭാഷ അതിന്റെ അർത്ഥ വ്യാപ്തിയിൽ അദ്യത്തേതിനേക്കാൾ മീതെയാണ്. കാരണം അതിന് രണ്ട് അർത്ഥങ്ങളുണ്ട് :

- നദിയും ജീവിതവും നിരന്തരമായി മാറുന്നു.
- അതുപോലെ നദിയിലിറങ്ങുന്നവൻ – എല്ലാ മനുഷ്യരും – നിരന്തരമായി മാറിക്കൊണ്ടിരിക്കുന്നു.

എല്ലാം മാറിക്കൊണ്ടിരിക്കുന്നുവെങ്കിൽ, മനുഷ്യനും മാറുന്നുവെങ്കിൽ സ്ഥിരത എന്നത് അസാധ്യമായ ഒരു സ്വപ്നമാണ്. നമ്മൾ ഒരിക്കൽക്കൂടി *പാന്റാ റെ* അഥവാ "എല്ലാം പ്രവഹിച്ചു കൊണ്ടേയിരിക്കുന്നു" എന്ന തത്ത്വത്തിലേയ്ക്ക് എത്തിച്ചേരുന്നു. ഇതിനർത്ഥം നമ്മളും മാറുന്നുവെന്നാണ്.

ഈ പുസ്തകത്തിന്റെ ആദ്യഭാഗത്ത് നാം കണ്ട ജീവിതത്തിന്റെ മൂന്ന് താക്കോലുകളിലൊന്നാണ് മാറ്റം. അതായത് സുനിശ്ചിതമായ ഒന്നേയുള്ളൂ; അത് മാറ്റം മാത്രമാണ് എന്നത് നാം സ്വീകരിച്ചുകഴിഞ്ഞാൽ, നിരന്തരമായി ചലിച്ചുകൊണ്ടിരിക്കുന്ന ഈ രണ്ട് ചക്രങ്ങൾ തമ്മിൽ ആക്രമാസക്തമായി കൂട്ടിമുട്ടാതെ അതിജീവിക്കാൻ നമുക്ക് സാധിക്കുന്നതെങ്ങനെയാണ്.

ജലം പോലെയാകുക

ചില ആളുകളുടെ ജീവിതം ക്ലാസിക്കൽ സംഗീതം പോലെ

യാണ്. അതിന് നിശ്ചിതമായ ഇടവേളകളും മുൻനിശ്ചയിച്ച താളവും കൃത്യമായ സ്വരവിന്യാസവുമുണ്ട്. ചിലരുടേത് ഒരു ജാസ് സംഗീതം പോലെയാണ്. അവരുടെ ചോദനകൾ നയിക്കുന്നിടത്തേയ്ക്ക് സ്വരങ്ങൾ ചലിച്ചുകൊണ്ടിരിക്കും. ശബ്ദങ്ങളാണ് അവരെ നയിക്കുന്നത്. പുറം ലോകത്ത് നടക്കുന്നതും അവരുടെ ആന്തരികതയിലുള്ളതുമെല്ലാം ആ സഞ്ചാരത്തിന്റെ ഗതിയെ നിർണ്ണയിക്കുന്നതിൽ പങ്കുവഹിക്കുന്നു.

ഇതിൽ രണ്ടാമത്തെക്കൂട്ടർക്ക് ഹെറാക്ലീറ്റസ് പറഞ്ഞ നദിയെ ആസ്വദിക്കാനാകും. കാരണം അവർ സ്വയം ഒരു നദിയാണ്. അവർ അതിൽ ഓരോ നിമിഷവും ലയിച്ചു കൊണ്ടിരിക്കുന്നു.

1971-ൽ തന്റെ മരണത്തിന് തൊട്ട് മുമ്പ് ബ്രൂസ് ലീയുമായി നടന്ന അവസാനത്തെ അഭിമുഖത്തിൽ ആയോധനകലയിലെ അതുല്യപ്രതിഭയായ അദ്ദേഹം വഴക്കത്തിന്റെ മൂല്യത്തെക്കുറിച്ച് വളരെ ആഴത്തിൽ തന്റെ ചിന്തകളെ വെളിപ്പെടുത്തുന്നുണ്ട് :

ഒരു ഘടനയിൽ മാത്രം ഒതുങ്ങി നിൽക്കരുത്. അതിനോട് പൊരുത്തപ്പെട്ടതിന് ശേഷം നിങ്ങളുടേതായ രീതിയിൽ ഒന്നിനെ സൃഷ്ടിക്കുക, അത് വളരട്ടെ അതിന് ജലംപോലെ വഴക്കമുണ്ടാകട്ടെ. മനസ്സിനെ ശൂന്യമാക്കുക, ജലം പോലെ രൂപരഹിതമാകുക. ഒരു കപ്പിൽ ജലം പകരുക അത് കപ്പിന്റെ രൂപമായിത്തീരുന്നു, അതിനെ ഒരു കുപ്പിയിലാക്കുക അത് കുപ്പിയുടെ രൂപം സ്വീകരിക്കുന്നു. അതിനെ ഒരു ചായപ്പാത്രത്തിലാക്കിയാൽ ചായപ്പാത്രത്തിന്റെ രൂപം സ്വീകരിക്കുന്നു. ജലത്തിന് പ്രവഹിക്കാം അതിന് ചിതറിവീഴാം. അതുകൊണ്ട് സുഹൃത്തേ ജലംപോലെയാകുക.

ഒരു വാബി സാബി ജീവിതത്തിൽ "ജലം പോലെയായിരിക്കുക" എന്നതിനർത്ഥം :

- മുൻവിധികളും മുൻകൂട്ടിശേഖരിച്ചുവച്ച ആശയങ്ങളും തകർക്കുക. ഒരു അനുമാനങ്ങളുമുണ്ടാകാതിരിക്കുക.

- സുതാര്യമായി വർത്തിക്കുക. ഇല്ലാത്തതൊന്നും ഉണ്ടെന്ന് നടിക്കാതിരിക്കുക.
- നദിയുടെ ഒഴുക്കിനൊത്ത് ഒഴുകുന്ന ഒരു ഇലപോലെ അവനവന്റെ അന്തർജ്ഞാനത്തെ പിൻതുടരുക.
- ഒരുവന്റെ കഴിവിലും ഓരോ നിമിഷത്തിന്റെ സൗന്ദര്യ ത്തിലും ജീവന്റെ ജ്ഞാനത്തിലും വിശ്വസിക്കുക
- ജീവിതത്തിലെ അപകടങ്ങളെ ഭയപ്പെടരുത്, ചില സമ യങ്ങളിൽ അവ വിഷമിപ്പിച്ചേക്കാം എന്നാൽ ലക്ഷ്യങ്ങളെ ക്കാൾ കൂടുതൽ അതിലേക്കുള്ള മാർഗ്ഗങ്ങളിൽ വിശ്വസിക്കുക.
- സ്വയം വെല്ലുവിളിക്കുക നിങ്ങൾ സാധാരണ ചെയ്യാത്ത കാര്യങ്ങൾ ചെയ്യുക.
- അഹംഭാവം ഇല്ലാതാക്കുക. നിങ്ങളുടെ കർമ്മങ്ങളിൽ സ്വയം മുഴുകുക.

എൻസോ വൃത്തം വരയ്ക്കുന്ന കയ്യെഴുത്ത് വിദഗ്ധർ അത് വരയ്ക്കുന്നത് പരിപൂർണ്ണമായ നൈസർഗികതയ്ക്ക് സ്വയം വിട്ടു കൊടുത്തുകൊണ്ടാണ്. ആ വരകളുടെ സ്വാഭാവികതയ്ക്കനുസരിച്ച് അവർ തങ്ങളുടെ കൈകളെയും ശരീരത്തെയും വിട്ടുകൊടുക്കുന്നു. ജീവിതത്തോടൊപ്പം ചലിക്കുക എന്നതിന്റെ ഏറ്റവും ഉയർന്ന സചിത്ര ആവിഷ്കാരമാണിത്.

ജ്ഞാനത്തിലേയ്ക്കുള്ള യഥാർത്ഥമായ പാത

സത്യത്തെ അന്വേഷിച്ചുകൊണ്ട് എൺപത്തിയെട്ടോളം ഷിക്കോക്കു ക്ഷേത്രങ്ങളിലേക്ക് വിശ്രമമില്ലാതെ പര്യടനം നട ത്തിയ ഒരു തീർത്ഥാടകന്റെ പുരാണ കഥയുണ്ട്. അദ്ദേഹം ഓരോ ക്ഷേത്രത്തിലും ധ്യാനിക്കുകയും വഴിപാടുകൾ നടത്തുകയും ചെയ്തു. യാത്രയുടെ പകുതിയോളം പിന്നിടുകയും തന്റെ ചെരുപ്പുകൾ തേഞ്ഞ് പോകുകയും ചെയ്തിട്ടും അയാൾക്ക് ഉത്തരമൊന്നും ലഭി ച്ചില്ല.

എന്നാൽ ഒരു ദിനം അദ്ദേഹം ഒരു വൃദ്ധനായ സന്ന്യാസിയെ കണ്ടു, അദ്ദേഹം ഒരു മരച്ചുവട്ടിൽ സായാഹ്നസൂര്യന്റെ അരുണകിരണങ്ങൾക്ക് കീഴിൽ വൃക്ഷങ്ങൾക്കിടയിലൂടെ അരിച്ചെത്തുന്ന നിരന്തരം മാറിക്കൊണ്ടിരിക്കുന്ന വെളിച്ചത്തെ തന്റെ ക്യാൻവാസിൽ വരയ്ക്കാൻ ശ്രമിക്കുകയായിരുന്നു.

ചിത്രകാരനായ ആ സന്ന്യാസിയാണ് ഷിക്കോകു ദ്വീപിലെ ഏറ്റവും വിവേകിയായ വ്യക്തിയെന്ന് ആളുകൾ പറയുന്നത് അയാൾ കേട്ടിട്ടുണ്ടായിരുന്നു. അദ്ദേഹത്തിന് ഒരു പക്ഷേ തന്റെ അന്വേഷണങ്ങൾക്കുള്ള ഉത്തരം നല്കാൻ സാധിക്കുമെന്ന് അയാൾക്ക് തോന്നി.

ഒട്ടും മടിക്കാതെ അയാൾ ആ സന്ന്യാസിയ്ക്കരികിലായി ഇരുന്നിട്ട് ചോദിച്ചു :

"ഗുരോ ഈ യാത്ര തുടങ്ങിയതുമുതൽ എന്നെ അലട്ടിക്കൊണ്ടിരിക്കുന്ന ഒരു ചോദ്യത്തിനുള്ള ഉത്തരം അങ്ങ് പറഞ്ഞു തരണം. എങ്ങനെയാണ് എനിക്ക് സത്യത്തിലേയ്ക്ക് എത്തിച്ചേരാനാകുക?"

തന്റെ ക്യാൻവാസിൽ കറുത്ത മഷിയിൽ ചില മിനുക്കുപണി തുടരുന്നതിനിടയിൽ ആ സന്ന്യാസി ഇങ്ങനെ പ്രതിവചിച്ചു,

"നിങ്ങൾ സത്യത്തെയാണ് തേടുന്നതെങ്കിൽ മറ്റെന്തിനേക്കാളേറെ നിങ്ങൾ ചെയ്യേണ്ടുന്നതായ ഒരു കാര്യമുണ്ട്."

ഈ ഉത്തരം ആ തീർത്ഥാടകനെ ആവേശഭരിതനാക്കി, അയാൾ വളരെ പ്രതീക്ഷയോടെ പറഞ്ഞു :

"എനിക്കറിയാം. ഞാൻ കൂടുതൽ അഭ്യസിക്കേണ്ടതുണ്ട് അല്ലേ? കൂടുതൽ സമയം ധ്യാനത്തിനായി വിനിയോഗിക്കേണ്ടതുണ്ട്. തീർത്ഥാടനത്തിനായി ഇനിയും ദീർഘ ദൂരം നടക്കേണ്ടതുണ്ട്..."

ഇത് കേട്ട് ആ സന്ന്യാസി മൃദുവായി തലയാട്ടി, അദ്ദേഹത്തിന്റെ മുഖത്ത് ഒരു പുഞ്ചിരി വിടർന്നു. അദ്ദേഹം ഉത്കണ്ഠാ

കുലനായ തീർത്ഥാടകൻ നിശബ്ദനാകുന്നതുവരെ കാത്തിരുന്നു എന്നിട്ട് സാവധാനം പറഞ്ഞു,

"എല്ലാത്തിനുമുപരിയായി നിങ്ങൾ എപ്പോഴും ചെയ്യേണ്ടത് നിങ്ങൾക്ക് തെറ്റുപറ്റാനിടയുണ്ട് എന്ന് സ്വയം തിരിച്ചറിയുകയാണ്."

ധ്യാന വെളിവുകൾ

ഞാൻ ജനിച്ചതുമുതൽ ഒരേ ശരീരത്തിലും
ഒരേ മനസ്സിനുമകത്ത് വസിക്കുന്ന
ഒരേ വ്യക്തിയാണെന്ന് എനിക്കറിയാം.
എന്റെ ചിന്തകളും എപ്പോഴുമെന്നോടൊത്തുണ്ട്.
എന്നാൽ ഞാൻ ചിന്തിക്കുന്നതും അനുഭവിക്കുന്നതും
എന്റെ ജീവിതത്തിന്റെ ഓരോ നിമിഷത്തിലും
ഒഴുകിമറയുന്നുവെങ്കിൽ ഞാൻ അതേ
ഞാൻ തന്നെയാണോ?
അല്ലെങ്കിൽ ഞാൻ ആരാണ്?

വാബി സാബിയും സർഗ്ഗാത്മകതയും

"വിനയം വളർത്തിയെടുക്കാൻ പഠിക്കുക.
നമ്മളാരും പൂർണ്ണരല്ല. നമ്മളെല്ലാം തെറ്റുകൾ
വരുത്താറുണ്ട് – നമ്മുടെ വൈയക്തികമായ
ജീവിതത്തിലും നമ്മുടെ കലാസൃഷ്ടികളിലും."

—കത്സുഷിക ഹോകുസായ്

സർഗ്ഗാത്മകതയും അപൂർണ്ണതയും തമ്മിൽ അടുത്ത ബന്ധമുണ്ട്. വാബി സാബി തത്ത്വചിന്തയുടെ സവിശേഷതകളിലൊന്നാണിത്. കലാകാരന്മാർ അവരുടെ ജീവിതത്തിലെ കുറവുകളെ കലയിലൂടെ പരിഹരിയ്ക്കാൻ ശ്രമിക്കാറുണ്ട് എന്നത് എല്ലായ്പ്പോഴും പറയപ്പെടുന്ന ഒരു കാര്യമാണ്.

അതിനാൽ സൃഷ്ട്യുന്മുഖമായ പ്രവർത്തനം ഒരു തരത്തിൽ പറഞ്ഞാൽ മരണത്തിനും അപചയത്തിനും നേർക്കുള്ള വെല്ലുവിളിയാണ്, ഒരുതരം ഉയിർത്തെഴുന്നേൽപ്പാണത്.

ഇരുപതാം നൂറ്റാണ്ടിലെ ഏറ്റവും ശ്രദ്ധേയനായ എഴുത്തുകാരനായ ഫ്രാൻസ് കാഫ്കയുടെ ജീവിതം ഒട്ടും തൃപ്തികരമായിരുന്നില്ല. പിതാവുമായുള്ള അദ്ദേഹത്തിന്റെ ബന്ധം വളരെ പീഢനകരമായിരുന്നു. ഒരു ഇൻഷുറൻസ് കമ്പനിയിലെ അറ്റോർണിയായിട്ടുള്ള ജോലി അദ്ദേഹം വെറുത്തിരുന്നു. എങ്കിലും ആ

ജോലിയിൽ നിന്നുള്ള അനുഭവങ്ങൾ അദ്ദേഹം *ദ ട്രയൽ, ദ കാസിൽ, ദി മെറ്റമോർഫോസിസ്* എന്നീ നോവലുകളിലെല്ലാം ഉപയോഗിച്ചിട്ടുണ്ട്.

യുവാക്കൾക്കിടയിൽ ഏറ്റവുമധികം പ്രസിദ്ധമായ *ദി മെറ്റാമോർഫോസിസ്* എന്ന നോവലിൽ അതിലെ നായകനായ കടയുടമ ഒരു ദിവസം എഴുന്നേൽക്കുമ്പോൾ താൻ ഒരു വലിയ പാറ്റയായി മാറിയതായി മനസ്സിലാക്കുന്നു. എന്നാൽ തന്റെ പുതിയ സാഹചര്യങ്ങളെ നേരിടുന്നതിന് പകരം അയാൾ ഓഫീസിൽ പോകുന്നതിനെക്കുറിച്ചും ശമ്പളം വാങ്ങി തന്റെ കുടുംബത്തെ പോറ്റുന്നതിനെക്കുറിച്ചുമെല്ലാമാണ് ചിന്തിക്കുന്നത്.

ജർമ്മൻ സംസാരിക്കുന്ന ആ പ്രാഗ് എഴുത്തുകാരൻ, തന്റെ ജോലിയിൽ താൻ അനുഭവിക്കുന്ന വ്യഥയെ ക്രൂരമായ ഉപമയിലൂടെ വരച്ചിടുകയാണിവിടെ. തന്റെ വ്യർത്ഥമായ ജീവിതത്തിൽ താൻ അനുഭവിക്കുന്ന ശൂന്യതയെ നിറയ്ക്കുവാനുള്ള വളരെ മികച്ച മാർഗ്ഗം കാഫ്ക്ക കണ്ടെത്തിയിരുന്നു. ഓരോ ദിവസവും ജോലിയിൽ നിന്ന് മടങ്ങിവന്ന് അദ്ദേഹം മൂന്നോ നാലോ മണിക്കൂർ ഉറങ്ങിയതിന് ശേഷം നേരം പുലരുവോളം എഴുതിക്കൊണ്ടേയിരിക്കും. ജീവിതം ഒരു എൻസോ വൃത്തം പോലെ ഒരിക്കലും അടയുന്നില്ലെങ്കിലും, ഇങ്ങനെ ചെയ്യുമ്പോൾ തന്റെ ജീവിതം സാർത്ഥകമാകുന്നതായും ഉള്ളിൽ പൂർണ്ണത അനുഭവിക്കുന്നതായും അദ്ദേഹത്തിന് തോന്നിയിട്ടുണ്ടാകണം. മരണത്തിന്റെ വക്കിലെത്തിയപ്പോൾ അദ്ദേഹം തന്റെ സുഹൃത്തായ മാക്സ് ബോർഡിനോട് തന്റെ കയ്യെഴുത്ത് പ്രതികളെല്ലാം നശിപ്പിക്കണമെന്ന് കരാർ ചെയ്തിട്ടുണ്ടായിരുന്നു. എന്നാൽ ആ സുഹൃത്ത് ആ വ്യവസ്ഥയിൽ നിന്ന് പിൻമാറിയതിന് അദ്ദേഹത്തിന് നന്ദി. അതൃപ്തമായ യാഥാർത്ഥ്യത്തെ പൂർണ്ണമാക്കാൻ കാഫ്ക്ക നടത്തിയ ശ്രമം ലക്ഷണക്കണക്കിന് വായനക്കാരെ പ്രബുദ്ധരാക്കി.

എന്നിരുന്നാലും കാഫ്ക്കയുടെ സ്വകാര്യജീവിതം എങ്ങനെയായിരുന്നു എന്നറിയുന്നതും കൗതുകകരമാണ്. 1910-നും 1923-നും ഇടയിൽ എഴുതപ്പെട്ട കാഫ്ക്കയുടെ

ഡയറിയിൽ കുറിച്ചിട്ടതിൻ പ്രകാരം കാഫ്ക്ക ഏകാന്തതയെ അനുഭവിച്ചതെങ്ങനെ എന്നറിയാം :

ഏകാന്തതയ്ക്ക് ഒരിക്കലും പരാജയപ്പെടുത്താനാവാത്ത ഒരു ശക്തി എന്റെ മേലുണ്ട്. എന്റെ ആന്തരികത അലിഞ്ഞു പോകുകയും (താൽക്കാലികമായി ഉപരിപ്ലവമായി മാത്രം) ആഴത്തിലുള്ളതിനെ പുറത്തേയ്ക്ക് വിടാൻ ഒരുങ്ങിനിൽക്കുകയും ചെയ്യുന്നു. ഞാൻ മനഃപൂർവ്വം തനിച്ചായിരിക്കുമ്പോൾ എന്റെ ആന്തരികതയിൽ ഒരു ക്രമം സംജാതമാകുകയും എനിക്ക് മറ്റൊന്നും തന്നെ ആവശ്യമില്ലാതാകുകയും ചെയ്യുന്നു.

അഹന്ത ഇല്ലാതാകുന്ന ഈ അനുഭവം ആഴത്തിലുള്ള ധ്യാനത്തോട് സാമ്യമുള്ളതാണ് അഥവാ ഇവിടെ അദ്വൈതഭാവത്തിൽ വ്യഷ്ടി സമഷ്ടിയിൽ ലയിക്കുകയും അപ്രത്യക്ഷമാകുകയും ചെയ്യുന്നു.

എല്ലാം മറക്കുക. ജനലുകൾ തുറക്കുക. മുറി ശൂന്യമാക്കിയിടുക, കാറ്റ് അതുവഴി കടന്നുപോകും. നിങ്ങൾ അതിന്റെ ശൂന്യതയെ മാത്രം കാണുന്നു. നിങ്ങൾ എല്ലാ മുക്കിലും മൂലയിലും തിരഞ്ഞാലും നിങ്ങളെ കണ്ടെത്താനാവുന്നില്ല.

ഒന്നിക്കുന്നതിന്റെ അനുഭവം

ദ ജാപ്പനീസ് വേ ഓഫ് ദ ആർട്ടിസ്റ്റ് എന്ന പുസ്തകത്തിൽ, ഷോഡോ (ജാപ്പനീസ് കയ്യെഴുത്ത് കല) കലാകാരനായ സെൻസെയ് എച്ച്.ഈ ഡേവി, എങ്ങനെയാണ് വാബി സാബി ജാപ്പനീസ് കലയെ നിർവ്വചിക്കുന്നത് എന്നതിന് നിരവധി സൂചനകൾ നല്കിയിട്ടുണ്ട്. *സൗന്ദര്യം എന്നത് വൈരൂപ്യത്തിന്റെ വിപരീതമല്ല. മറിച്ച് സൗന്ദര്യം എന്നത് എല്ലാ വിപരീതങ്ങളെയും ഉൾക്കൊള്ളുന്ന അതിനെല്ലാം അതീതമായ ഒരവസ്ഥയാണ്. അതിനാൽ സൗന്ദര്യം നൈസർഗികതയിലാണ് കാണപ്പെടുന്നത്.*

നൈസർഗികത എന്നത് പ്രകൃതിയിൽ നിന്ന് പ്രചോദനം ഉൾക്കൊണ്ട വാബി സാബി തത്ത്വങ്ങളിൽ ഒന്നാണ്. പ്രകൃതി യിൽ എല്ലാം അപൂർണ്ണവും ക്ഷണികവുമാണ്.

നാം നേരത്തെ കണ്ടതുപോലെ തന്റെ കല അഭ്യസിക്കു മ്പോൾ അതിന്റെ സൃഷ്ടികർത്താവ് പൂർണ്ണത അനുഭവിക്കുന്നു. അതിന് കാരണം എച്ച്. ഈ. ഡേവി പറയുന്നതുപോലെ *"വർത്തമാനം എന്നത് സമയത്തിന് വെളിയിലാണുള്ളത്"* എന്നതുകൊണ്ടായിരിക്കാം.

ഇതാണ് സർഗ്ഗാത്മകമായ പ്രവർത്തനത്തിന്റെ അനുഗ്രഹ ങ്ങളിലൊന്ന്. ഒരു പെയിന്റ് ബ്രഷ് ക്യാൻവാസിൽ സ്പർശിക്കു മ്പോൾ, അല്ലെങ്കിൽ കീബോർഡിൽ വിരലുകൾ സ്പർശിക്കു മ്പോൾ ഭൂതകാലം ഒരു സ്വപ്നത്തിന്റെ അവശിഷ്ടമാകുകയും ഭാവി എന്നത് അസംഭവ്യമായ മരുപ്പച്ചയാണെന്ന് മനസ്സിലാകു കയും ചെയ്യും.

സൃഷ്ടി എന്നത് *ഇപ്പോൾ ഇവിടെ* നടക്കുന്നതാണ്. അത് നമ്മെ ഒരു പ്രവാഹത്തിൽ പെടുത്തുന്നു. അവിടെ സൃഷ്ടികർ ത്താവ് തന്റെ സൃഷ്ടിയുമായി ഒന്നായിത്തീർന്ന് ഒരു വെളിപാടി ന്റേതിന് സമാനമായ ആനുഭൂതികതയിൽ എത്തിച്ചേരുന്നു. ജാപ്പനീസ് കല വ്യക്തിയും അവന്റെ സൃഷ്ടിയുമായുള്ള ഈ ഐക്യത്തെയാണ് തേടുന്നത്. ഇത് കയ്യെഴുത്ത്, പെയിന്റിങ്ങ്, കവിത എന്നീ മേഖലകളിൽ മാത്രമല്ല കലയിൽ ആകമാനം സംഭവിക്കുന്നതാണ്.

ദ ജപ്പാനീസ് വേ ഓഫ് ആർട്ടിസ്റ്റ്-ൽ എച്ച്. ഈ. ഡേവി ഇങ്ങനെ ചൂണ്ടിക്കാണിക്കുന്നു *ജാപ്പനീസ് വാൾപ്പയറ്റലിൽ മനസ്സിന്റെയും ശരീരത്തിന്റെയും വാളിന്റെയും ഐക്യത്തെ ക്കുറിച്ച് പറയുന്നതിൽ ഒരസാധാരണത്വവുമില്ല.*

മിഷിമയുടെ യാത്ര

1968-ൽ സാഹിത്യത്തിനുള്ള നോബൽ സമ്മാനത്തിനായുള്ള മത്സരത്തിൽ കാവാബാത്തയോട് പരാജയപ്പെട്ട എന്റെ

നാട്ടുകാരനായ യുഷിക്കോ മിഷിമയുടെ സൃഷ്ടികൾ കലയെയും ജീവിതാനുഭവങ്ങളെയും ഉപയോഗിച്ചത് നമ്മളെത്തന്നെ ഉടച്ച് വാർക്കാനാണ്. ഇത് സാധ്യമാകുന്നത് നമ്മുടെ ഭൂതകാലത്തെ യടക്കം കുടഞ്ഞെറിഞ്ഞുകൊണ്ടാണ്. നാം "സമയത്തിന് വെളി യിലാണ്" എന്ന പ്രവാഹ സമാനമായ അവസ്ഥ നമ്മെ നമുക്ക പ്പുറത്തുള്ളതിലേയ്ക്ക് കൂട്ടികൊണ്ടുപോകുന്ന ഒരു യാത്രപോലെ യാണ്. അദ്ദേഹത്തിന്റെ *സ്നിപ്പെറ്റ് ഓഫ് ഫോർബിഡൻ കളേഴ്സ്* എന്ന പുസ്തകത്തിൽ ആ ആശയമാണ് സംവേദിക്ക പ്പെടുന്നത്. 1970-ൽ സ്വന്തം ജീവൻ *സെപ്പുകു* ആചാരമുറയിലൂടെ ഹോമിച്ച അദ്ദേഹത്തിന് അപ്പോൾ നാല്പത്തഞ്ച് വയസ്സ് മാത്രമായിരുന്നു പ്രായം.

ഒരു യാത്ര ആരംഭിക്കുന്നത് നിഗൂഢമായ ഒരു വികാരത്തെ സൃഷ്ടിക്കുന്നു. വിട്ടുപോന്ന സ്ഥലങ്ങളിൽ നിന്ന് സ്വതന്ത്രമാകുന്ന തായി അനുഭവിക്കുന്നതുപോലെ ആ സമയങ്ങളിൽ നിന്നും വിട്ടുപോകുന്നതായി ഒരുവൻ വിശ്വസിക്കുന്നു.

സൃഷ്ടിയാണ് ഈ യാത്രയെ നല്കുന്നതെന്നതിന് സംശയ മൊന്നുമില്ല. വികാരാധീനനായ പര്യവേഷകൻ ആ സാഹസി കതയിൽ മുഴുകുമ്പോൾ താൻ വന്ന സ്ഥലത്തെക്കുറിച്ചും തന്റെ ശരീരത്തെയും മനസ്സിനെയും കുറിച്ചുമെല്ലാം മറക്കുന്നതുപോലെ ഒരു യഥാർത്ഥ കലാകാരനും പരിവർത്തനത്തിന്റെ ഒരു ഉപ കരണമാണ്.

നമ്മളും മനോഹരമായ വസ്തുതകളുടെ കാഴ്ചക്കാരാണ് – കവാബാത്ത പറയുന്നത്, ചിലപ്പോൾ നമുക്ക് നഷ്ടബോധം അനു ഭവപ്പെടുന്നു. കാരണം തിളങ്ങിനിൽക്കുന്ന ഏതൊരു വസ്തുവി ന്റെയും നാശവും അതോടൊപ്പം ആരംഭിക്കുന്നുണ്ട്. അതിന്റെ സമയം അസ്തമിച്ചുകൊണ്ടിരിക്കുകയാണ്.

മിഷിമ അദ്ദേഹത്തിന്റെ ആത്മകഥാപരമായ *കൺഫ ഷൻസ് ഓഫ് എ മാസ്ക്* എന്ന കൃതിയിൽ ഇതിനെ ഇങ്ങനെ വിശദീകരിക്കുന്നുണ്ട് :

സോനോകോയുടെ ചുണ്ടുകൾ മിന്നിത്തിളങ്ങി, ആ കണ്ണുകൾ ജ്വലിച്ചു, ആ സൗന്ദര്യം എന്നെ തളർത്തി, എന്നെ ബലഹീനനാക്കി. ആ തോന്നൽ തന്നെയാണ് സോനോകോ കൂടുതൽ നശ്വരമാണെന്ന ചിന്ത എന്നിലുണ്ടാക്കിയത്.

മാന്ത്രിക വാതിൽ കടന്നുപോകൽ

കലയും ഒരു യാത്രയും – ആന്തരികമോ ബാഹ്യമോ – അഹന്തയെ ഇല്ലാതാക്കാനുള്ള ഒരു മാർഗ്ഗമായി ജോസഫ് ക്യാംബെൽ *ദ ഹീറോ വിത്ത് എ തൗസന്റ് ഫേസസ്* എന്ന തന്റെ ഏറ്റവും പ്രതീകാത്മകമായ കൃതിയുടെ മുൻനിരയിൽ തന്നെ പ്രതിഷ്ഠിക്കുന്നുണ്ട്. 1949-ൽ ഈ അമേരിക്കക്കാരനായ പൗരാണിക വൈജ്ഞാനിക പണ്ഡിതൻ തന്റെ നൂതനമായ ആശയം അവതരിപ്പിക്കുകയുണ്ടായി. അതിൽ അദ്ദേഹം പറയുന്നത് ഒരിക്കലും പരസ്പരം ബന്ധമുണ്ടായിട്ടില്ലാത്ത സംസ്ക്കാരങ്ങളിൽ പോലും അവരുടെ പൗരാണിക വീരസാഹസിക കഥകളിലെല്ലാം സമാനമായ ആശയഗതികളുടെ ഒരു തലമുണ്ട് എന്നാണ്. ഇത് *ഒഡീസി* തൊട്ട് *സ്റ്റാർ വാർസ്* വരെയുള്ള നോവലുകൾക്ക് ബാധകമാണ്. മോശയുടെയും, ബുദ്ധന്റെയും, ക്രിസ്തുവിന്റെയും എല്ലാം ജീവചരിത്രത്തിൽ ഒരേ കഥാതത്ത്വവിന്റെ ആവർത്തനത്തെക്കുറിച്ച് മറ്റ് എഴുത്തുകാരും കണ്ടെത്തുകയുണ്ടായിട്ടുണ്ട്.

ഇതിനെക്കുറിച്ച് ക്യാംബെലിന്റെ തന്നെ വാക്കുകൾ നമുക്ക് കേൾക്കാം :

ഒരു നായകൻ സാധാരണത്വത്തിൽ നിന്ന് അമാനുഷിക വിസ്മയത്തിലേയ്ക്ക് പുറപ്പെടുന്നു. അവന്റെ വഴിത്താരയിൽ അതിമനോഹരങ്ങളായ ശക്തികളെ കണ്ടുമുട്ടുകയും അവൻ നിർണ്ണായകമായ വിജയം നേടുകയും ചെയ്യുന്നു. ആ നായകൻ തന്റെ നിഗൂഢമായ സാഹസികതയിൽ നിന്ന് തന്റെ സഹജീവികൾക്ക് അനുഗ്രഹങ്ങൾ ചൊരിയാനുള്ള ശക്തിയുമായി തിരികെ വരുന്നു.

ഈ യാത്രയുടെ 17 സമാനമായ ഘട്ടങ്ങൾ ആദ്യത്തേത്

നായകനെ എങ്ങനെ ബാധിക്കുന്നുവോ അതുപോലെ തന്നെയാണ് ഒരു കഥാകാരനെയും ബാധിക്കുന്നത്.

1. *സാഹസികതയുടെ വിളി.* ചില പുതിയ വിവരങ്ങൾ കേൾക്കുന്നതിന്റെ ഭാഗമായി നായകൻ തനിക്ക് ജ്ഞാതമായ ലോകത്തെയും സാധാരണത്വത്തെയും ഉപേക്ഷിച്ച് തന്നെ വിളിയ്ക്കുന്ന സാഹസികതയ്ക്ക് പിന്നാലെ പുറപ്പെടുന്നു. കലാകാരനും ഇതേപോലെ തന്നെ തന്റെ ആന്തരികതയിൽ ഒരു സൃഷ്ടിശക്തിയുടെ വിളി അനുഭവപ്പെടുകയും തന്റെ കലയിലേയ്ക്ക് സഞ്ചരിക്കുകയും ചെയ്യുന്നു.
2. *ആ വിളിയെ നിരാകരിക്കൽ.* നായകൻ തന്റെ പരിചിത വൃത്തങ്ങളിൽ നിന്ന് പോകാൻ മടിക്കുന്നു. ഒരു പക്ഷേ അത് തന്നെ സ്നേഹിക്കുന്നവരെ ഉപേക്ഷിക്കുന്നതിൽ നിന്നും അവനെ തടയുന്ന കർത്തവ്യബോധമാകാം, അല്ലെങ്കിൽ പുതിയ സാഹസികത അവനെ ഭയപ്പെടുത്തുന്നുണ്ടാകാം. അതേ പോലെതന്നെ കലാകാരൻ ആദ്യഘട്ടങ്ങളിൽ ഈ സൃഷ്ടി ആരംഭിക്കാനുള്ള അവന്റെ/അവളുടെ കഴിവിൽ വിശ്വാസമില്ലാത്ത ഒരു ഘട്ടത്തിൽ പെടുന്നു. ആ സൃഷ്ടി ശക്തിയെ മുന്നോട്ട് പ്രവഹിപ്പിക്കാൻ അവർ അവരുടേതായ ഭയങ്ങളോടും വിശ്വാസങ്ങളോടും പൊരുതേണ്ടതുണ്ട്.
3. *ഉപദേഷ്ടാവ് അല്ലെങ്കിൽ അമാനുഷികമായ സഹായം.* അവർക്കറിയാവുന്ന അവരെക്കാളും അറിവുള്ള ഒരാൾ അല്ലെങ്കിൽ ദൈവീകമോ അമാനുഷികമോ ആയ സഹായി നായകനെ ആ സഹാസികതയുടെ പ്രാധാന്യത്തെ ബോധ്യപ്പെടുത്തുകയും ആദ്യത്തെ നിർദ്ദേശങ്ങൾ നൽകുകയും ചെയ്യുന്നു. കലാകാരന് ഒരു അദ്ധ്യാപകന്റെയോ അല്ലെങ്കിൽ അമാനുഷികമായതോ ആയ പ്രചോദനം ലഭിക്കുന്നു. അവർക്ക് അവരുടെ സൃഷ്ടിപരമായ സാഹസികത ആരംഭിക്കുകയല്ലാതെ മറ്റ് വഴിയൊന്നുമില്ല.

ക്യാംബെലിന്റെ ഈ സൃഷ്ടിയിൽ നാലാം ഘട്ടത്തിൽ

നായകൻ അല്ലെങ്കിൽ കലാകാരൻ തനിക്ക് ജ്ഞാതമായ ലോകത്തെയെല്ലാം പിന്നിലാക്കി സ്വയം സാഹസികതയിലേയ്ക്ക് തന്നെ എടുത്തെറിയുകയും അജ്ഞാതമായ പുതിയ ലോകത്തേയ്ക്ക് പ്രവേശിക്കുകയും ചെയ്യുന്നു. അവിടുത്തെ നിയമങ്ങളോ അതിന്റെ പ്രത്യാഘാതങ്ങളോ ഒന്നും തന്നെ അയാൾക്ക് അറിവുള്ളതല്ല. ഇനിയാണ് അതിലെ ഏറ്റവും രാജകീയമായ ഘട്ടം വരുന്നത് അത് അഞ്ചാം ഘട്ടമാണ്. തിമിംഗലത്തിന്റെ ഉദരം എന്നാണ് അതിനെ വിശേഷിപ്പിക്കുന്നത്. അവിടെ അയാൾക്ക് ഒരു പുനർജന്മം തന്നെയുണ്ടാകുന്നു.

മാന്ത്രിക വാതിൽ കടക്കുക എന്നത് പുനർജന്മത്തിന്റെ ഘട്ടത്തിലേയ്ക്ക് കടക്കുക എന്ന ആശയം തന്നെയാണ്. ലോകമാകുന്ന ഗർഭാശയം എന്ന രൂപകത്തിന് സാമ്യമുള്ള തിമിഗംലത്തിന്റെ ഉദരം എന്നതാണ് ഇവിടെ ഉപയോഗിച്ചിരിക്കുന്നത്. നായകൻ അജ്ഞാതമായ ഒരു ലോകത്തിലേയ്ക്ക് വിഴുങ്ങപ്പെടുകയും അയാൾ മരിച്ചതായി കാണപ്പെടുകയും ചെയ്യുന്നു (...) ബാഹ്യമായ ദൃശ്യപ്രപഞ്ചത്തിലേയ്ക്ക് വരുന്നതിന് പകരം നായകൻ ആന്തരികമായി സഞ്ചരിച്ച് പുനർജനിക്കുന്നു (...) ക്ഷേത്രത്തിന്റെ ഗർഭഗൃഹം, തിമിംഗലത്തിന്റെ ഉദരം, ലോകത്തിന് അതീതമായ സ്വർഗ്ഗീയഭൂമിക, എല്ലാം ഒന്ന് തന്നെയാണ്. അതുകൊണ്ടാണ് ക്ഷേത്രത്തിന്റെ പ്രവേശനദ്വാരങ്ങൾ ഭീമാകാരന്മാരായ ദ്വാരപാലകരാൽ ചുറ്റപ്പെട്ടിരിക്കുന്നത്. അതിൽ വ്യാളികളും, സിംഹങ്ങളും, വാളുമേന്തി രാക്ഷസരെ കൊല്ലുന്നവരും, ഭീകരമുഖമുള്ള കുള്ളന്മാരും, ചിറകുള്ള കാളകളുമെല്ലാമുണ്ട്. ക്ഷേത്രത്തിലേയ്ക്ക് പ്രവേശിക്കുന്ന ഭക്തൻ ആ നിമിഷത്തിൽ ഒരു പരിണാമത്തിന് വിധേയനാകുന്നു. അതിനകത്തായിരിക്കുന്ന വേളയിൽ അവൻ മരിച്ച് ലോകത്തിന്റെ ഗർഭത്തിലേക്കോ, ഭൂമിയിലെ സ്വർഗ്ഗത്തിലേക്കോ മടങ്ങി എന്ന് പറയേണ്ടതായി വരും.

വാബി സാബി ഡയറി

നിങ്ങളുടെ സർഗ്ഗാത്മകതയുടെ കെട്ടഴിക്കാനും ആ മാന്ത്രിക

കവാടം കടക്കാനുമായി *ദ ഹീറോ വിത്ത് എ തൗസന്റ് ഫെയ്സസ്* എന്ന പേരിൽ ഒരു മഹത്തായ നോവൽ എഴുതേണ്ട കാര്യമില്ല. നിങ്ങളുടെ സർഗ്ഗാത്മകമായ ഊർജ്ജത്തെ വളരെ സത്യസന്ധമായ രീതിയിൽ ചെലവഴിച്ചുകൊണ്ട് നിങ്ങൾക്ക് തിമിംഗലത്തിന്റെ ഉദരത്തിൽ പ്രവേശിക്കാം. ഓരോ ദിവസവും നിങ്ങൾക്കുണ്ടായ വാബി സാബി അനുഭവങ്ങളുടെ ഒരു കുറിപ്പ് തയ്യാറാക്കുക. നിങ്ങൾ ഡയറി എഴുതുന്ന സ്വഭാവക്കാരാണെങ്കിൽ അത് തുടരുകയും അതിൽ ഒരു ചെറിയ ഭാഗം ദിനാന്ത്യത്തിൽ ചേർക്കുകയും ചെയ്യുക. ഈ പുസ്തകത്തിന്റെ ആരംഭത്തിൽ നാം കണ്ട വാബി സാബിയുടെ മൂന്ന് മാനങ്ങളെ ഉപയോഗിച്ചു കൊണ്ട് നിങ്ങളുടെ ഒരു ദിനം എങ്ങനെയുണ്ടായിരുന്നു എന്ന് വിലയിരുത്തുക.

തത്ത്വചിന്താപരമായ മാനം

- ഈ ദിവസത്തിലെ ഏറ്റവും പ്രബലമായ വാബി സബി വസ്തുത എന്തായിരുന്നു?
- ഏറ്റവും കുറഞ്ഞ വാബി സാബി എന്തായിരുന്നു?

കലയുടെ മാനം

- ഈ ദിനത്തിൽ നിങ്ങൾ കണ്ടുമുട്ടിയ വാബി സാബി വസ്തുക്കൾ, കെട്ടിടങ്ങൾ സംഗീതം എന്നിവയുടെ വിശദാംശങ്ങൾ.
- അവ നിങ്ങൾക്ക് എങ്ങനെയാണ് അനുഭവപ്പെട്ടത്?

അഭ്യാസത്തിന്റെ മാനം

- നിങ്ങൾ ഇന്ന് വാബി സാബി തത്ത്വപ്രകാരം ജീവിച്ചുവോ?
- നിങ്ങൾ ഇന്ന് വെറുതെയിരിക്കാൻ സമയം കണ്ടെ |ത്തിയോ? അതോ സംഭ്രമവും ധൃതിയും നിങ്ങളെ കീഴടക്കാൻ അനുവദിച്ചുവോ?

- ഏതെങ്കിലും വസ്തുതകളോട് നിങ്ങൾ വൈകാരികമായി പ്രതികരിച്ചുവോ?
- കാര്യങ്ങൾ അവസാനിപ്പിക്കുവാൻ, ഡയറി അടയ്ക്കുന്നതിന് മുമ്പ് ഒരു ഹൈക്കു എഴുതുക.

അഭ്യാസം : ഒരു ഹൈക്കു എങ്ങനെയാണ് എഴുതേണ്ടത്

1. വളരെ ലളിതമായിരിക്കണം, ബ്രഷിന്റെ ചലനംപോലെ മൂന്ന് ചെറിയ വാക്യങ്ങൾ.
2. ഏതാനും ക്രിയാപദങ്ങൾ ഉപയോഗിക്കാം (ചിലപ്പോൾ ഒന്നും ഉപയോഗിക്കേണ്ടതുമില്ല).
3. ഒരു സംഭവത്തെ ഒരു ചിത്രം പോലെ പിടിച്ചെടുക്കാൻ ഹൈക്കുവിനാകണം.
4. പ്രകൃതിയോ അല്ലെങ്കിൽ നാഗരിക പരിസ്ഥിതിയോ ഉൾപ്പെടണം.
5. ആ വർഷത്തിലെ ഏതെങ്കിലും കാലത്തെ സൂചിപ്പിക്കുന്ന താവാം.
6. എഴുത്തുകാരന്റെ വികാരങ്ങൾ വാചകങ്ങളിൽ സന്നിവേശിപ്പിക്കണം.

അല്പനേരത്തേയ്ക്ക് കണ്ണുകളടയ്ക്കുക. നിങ്ങൾക്കുണ്ടായ ഒരു അനുഭവത്തെയോ അല്ലെങ്കിൽ നിങ്ങൾ കണ്ട ഏതെങ്കിലും വസ്തുവിനെയോ മനസ്സിൽ സങ്കല്പിക്കുക. കണ്ണുകൾ തുറന്നതിന് ശേഷം നിങ്ങൾ മനസ്സിൽ സങ്കൽപ്പിച്ചത് കൂടുതൽ വിശകലനമൊന്നും ചെയ്യാതെ, മസ്തിഷ്കത്തിലിട്ട് കണക്കുകൂട്ടലുകളൊന്നും നടത്താതെ വെറുതെ എഴുതുക.

എന്റെ സ്വന്തം ഡയറിയിൽ നിന്ന് ചില ഹൈക്കുകൾ

വസന്തകാലത്തെ നീലിമ
ഞാൻ യുയോഗിയിലേയ്ക്ക് നടന്നു,
രേമന്റെ ഗന്ധം

❖

❖

വേഗത്തിൽ നടക്കുന്ന
ഒരു വ്യവസായി,
മൂലയിൽ നില്ക്കുന്ന ഒരു സന്ന്യാസി

❖

ഒരു പൂച്ച മ്യൂസിയം സന്ദർശിക്കുന്നു,
പിന്നീട് തിരികെ തന്റെ വീട്ടിലേക്ക് മടങ്ങുന്നു.
മ്യാവൂ - മ്യാവൂ

❖

വരാന്തയിൽ നിറയുന്ന മഞ്ഞുകണങ്ങൾ
ബാക്കിന്റെ സംഗീതം
ആരോ മണിയടിച്ചു

❖

മറ്റൊരു പ്രപഞ്ചത്തിൽ നിന്നുള്ള കണ്ണുകൾ,
സക്കുറയുടെ ദളങ്ങൾ,
കാറ്റ് അതിനെ ഉലച്ചുകളഞ്ഞു.

❖

നിശബ്ദത,
വായുവിൽ പിയാനോയുടെ സ്വരങ്ങൾ നിറയുന്ന
നിശബ്ദത

❖

കാപ്പിയുടെ മണം
നോവൽ വായിക്കുന്നു
കഥ അവസാനിച്ചു

❖

സൂര്യൻ ടെറസിനെ ചൂടാക്കുന്നു
ടാമാ മയങ്ങുന്നു
പെട്ടെന്ന് ഒരു മേഘം സൂര്യനെ മറയ്ക്കുന്നു.

III

വാബി സാബി
ഒരു ജീവിതശൈലി രൂപത്തിൽ

ധ്യാന വെളിവുകൾ

മേപ്പിൾ മരം ഗ്രീഷ്മകാലത്തെ കാവിനിറത്താൽ നിറയ്ക്കുന്നു,
ഒരു മാൻ മുകളിലേയ്ക്ക് നോക്കി അതിന്റെ
ആഗ്രഹത്തെ മേഘങ്ങളിൽ വരയ്ക്കുന്നു.
ഞാൻ എഴുതുമ്പോൾ സന്ധ്യാമേഘങ്ങൾ
നമ്മെ നിരീക്ഷിക്കുന്നു.
പുൽമേടുകളിൽ അത് നിഴലുകൾ വീഴ്ത്തുന്നു.
അതിനെ കാറ്റ് ഒഴുക്കിക്കൊണ്ടുപോകുന്നു.

അപൂർണ്ണതയാണ് ഉത്കൃഷ്ടതയിലേയ്ക്കുള്ള പാത

"ആനുപാതികമായി ചില അപരിചിതത്വമില്ലാതെ ഉദാത്തമായ സൗന്ദര്യമില്ല."

—ഫ്രാൻസിസ് ബേക്കൻ

എന്റെ കഴിഞ്ഞ തവണത്തെ ഇന്ത്യൻ യാത്രയിൽ ഞാൻ സംഗീത എന്നു പേരായ ഒരു സ്ത്രീയെ കണ്ടുമുട്ടി. അവർ കൊൽക്കത്തയുടെ വടക്ക് ഭാഗത്തുള്ള നിരവധി സ്കൂളുകളുടെ ഡയറക്ടറാണ്. സ്കൂളിന്റെ പുതിയ അദ്ധ്യയന വർഷത്തിൽ പുതുതായി വന്നുചേരുന്ന കുട്ടികളോടെല്ലാം പതിവായി പറയാറുള്ള ഒരു കർഷകന്റെ കഥയെക്കുറിച്ച് അവർ എന്നോട് വിശദീകരിച്ചു. ജയ്പൂരിന് വടക്ക് ഭാഗത്തായി ജീവിക്കുന്ന ആ കർഷകൻ എല്ലാ ദിവസവും തന്റെ കൃഷിയിടത്തിന് അടുത്തായുള്ള അരുവിയിൽ വെള്ളത്തിനായി പോകും. അവിടെ നിന്ന് വെള്ളം ശേഖരിച്ച് കൊണ്ടുവരാൻ അയാളുടെ കയ്യിൽ ഒരു നീണ്ട വടിയും രണ്ട് ബക്കറ്റുകളുമുണ്ടായിരുന്നു. വെള്ളം നിറച്ച ബക്കറ്റുകൾ അയാൾ രണ്ട് വടികളുടേയും അറ്റത്തായി തൂക്കിയിട്ട് അതും ചുമന്നാണ് വീട്ടിലേയ്ക്ക് വരുക.

അയാൾ വീട്ടിലെത്താറായപ്പോഴാണ് അതിലൊരു ബക്കറ്റിലെ വെള്ളം പകുതിയായി കുറഞ്ഞിരിക്കുന്നതായി കണ്ടെത്തിയത്. ആ ബക്കറ്റിന് ഒരു ചെറിയ വിള്ളലുണ്ടായിരുന്നു. അതി

ലൂടെ വെള്ളം ചോർന്ന് പൊയ്ക്കൊണ്ടിരുന്നു. എന്നിരുന്നാലും ആ കർഷകൻ ആ ബക്കറ്റ് തന്നെയാണ് വർഷങ്ങളോളം ഉപയോഗിച്ചത്.

ദിനവും വീട്ടിലേയ്ക്ക് നിറയെ വെള്ളം കൊണ്ടുപോകുന്ന ബക്കറ്റ് തന്റെ നേട്ടത്തിൽ അഹങ്കാരിയായി മാറിയിരുന്നു. എല്ലാ ദിവസവും ആ ബക്കറ്റ് മറ്റേ ബക്കറ്റിനോട് അതിന്റെ കുറവുകളെ ചൊല്ലി വഴക്കിടുമായിരുന്നു.

“നീ എന്നും വെള്ളം നഷ്ടപ്പെടുത്തുകയാണ്” കേടൊന്നുമില്ലാത്ത ബക്കറ്റ് മറ്റേ ബക്കറ്റിനോട് പറഞ്ഞു. “ഞാൻ ചെയ്യുന്നതിന്റെ പകുതി പണിയേ നീ എടുക്കുന്നുള്ളൂ. നിന്നെക്കൊണ്ട് ഒരു ഉപയോഗവുമില്ല” പരിപൂർണ്ണനെന്ന് അഹങ്കരിക്കുന്ന ബക്കറ്റ് ആക്രോശിച്ചു.

തന്റെ കുറവിൽ വളരെ വ്യഥിതനായിത്തീർന്ന വിള്ളലുള്ള ബക്കറ്റ് കൂടുതൽ വിഷാദിയായി മാറുകയും തന്റെ കൂട്ടുകാരനോട് സംസാരിക്കാതാകുകയും ചെയ്തു.

ഒരു ദിവസം ഈ ബക്കറ്റുകൾ തമ്മിലുള്ള സംസാരം കേൾക്കാനിടയായ ആ കർഷകൻ അതിൽ വിള്ളലുകളുള്ള ബക്കറ്റിന് നേരെ തിരിഞ്ഞുകൊണ്ട് ചോദിച്ചു, “നമ്മൾ നടന്നു വരുന്ന വഴിയിൽ നിന്റെ ഭാഗത്തായി വിടർന്നു നിൽക്കുന്ന മനോഹരങ്ങളായ പൂക്കൾ നീ കണ്ടില്ലേ. എന്നാൽ മറ്റേ ഭാഗത്ത് വരണ്ട കല്ലും മണ്ണും മാത്രമല്ലേയുള്ളൂ.”

ഇത് കേട്ട് പരിപൂർണ്ണനാണെന്ന് അഹങ്കരിക്കുന്ന ബക്കറ്റിന് വാക്കുകളൊന്നും കിട്ടിയില്ല അവൻ മറ്റേ ബക്കറ്റിനെ അസൂയയോടെ നോക്കി.

അപ്പോൾ ആ കർഷകൻ പറഞ്ഞു, “ഞാൻ നിന്റെ ഭാഗത്ത് നിറയെ വിത്തുകൾ വിതച്ചിരുന്നു. എന്നും നീ വീട്ടിലേയ്ക്ക് മടങ്ങുമ്പോൾ ആ വിത്തുകളെ നീ നനച്ചിരുന്നു. കഴിഞ്ഞ നാളുകളിൽ ആ ചെടികളിൽ നിന്നുള്ള പൂക്കളാണ് ഞാൻ വീട്ടിൽ അലങ്കാരത്തിനായി ഉപയോഗിക്കുന്നത്. നീയില്ലാതെ എനിക്ക് ചുറ്റും ഈ സൗന്ദര്യമുണ്ടാവുകയില്ലായിരുന്നു.”

നന്മയുടെ ശത്രു

വിള്ളൽ വീണ ആ ബക്കറ്റിനോട് താദാത്മ്യപ്പെടാൻ നമുക്കെല്ലാം സാധിക്കും. പലപ്പോഴും നമ്മുടെ ശ്രദ്ധ മുഴുവൻ വൈകല്യങ്ങളിലും നമ്മുടെ ഇംഗിതത്തിനനുസൃതമായി നടക്കാത്ത കാര്യങ്ങളിലുമായിരിക്കും. എന്നാൽ വോൾട്ടെയർ പറഞ്ഞത്, *"കുറ്റമറ്റത് എന്നത് നന്മയുടെ ശത്രുവാണ് എന്നാണ്."* നമ്മൾ നമ്മുടെ കുറവുകളെ മാത്രം കാണാൻ ശ്രമിച്ചാൽ നമുക്ക് നമ്മളിലുള്ള വിശ്വാസം നഷ്ടപ്പെടുകയും ആ വിള്ളൽ വീണ ബക്കറ്റിനെപ്പോലെ ദുഃഖപൂരിതമായ ജീവിതം നയിക്കുകയും ചെയ്യേണ്ടിവരും.

എന്നാൽ ആധുനിക ജീവിതം നമ്മോട് കുറ്റമറ്റ ബക്കറ്റിനെപ്പോലെ ജീവിക്കാൻ ആവശ്യപ്പെട്ടുകൊണ്ടിരിക്കും. വിജയം കൈവരിയ്ക്കാനും ധനമുണ്ടാക്കാനും സാമൂഹിക ഇടങ്ങളിൽ പ്രസിദ്ധനാകാനുമുള്ള പ്രതീക്ഷകൾ നമ്മുടെ മേൽ അർപ്പിക്കപ്പെട്ടുകൊണ്ടേയിരിക്കുന്നു. ഇന്റർനെറ്റിലെ പുസ്തകങ്ങളും ഗുരുക്കന്മാരും ഇതിനായി നമ്മെ നിരന്തരം പ്രേരിപ്പിച്ചുകൊണ്ടിരിക്കുന്നു.

ഇവിടെയാണ് അപകടം പതിയിരിക്കുന്നത്. നമ്മുടെ ജീവിതത്തെ പരിപൂർണ്ണമാക്കിത്തീർക്കാനുള്ള പരിശ്രമങ്ങളിൽ നാം ഭ്രമിച്ചുപോയാൽ നാം ആ പരിപൂർണ്ണനായ ബക്കറ്റിനെപ്പോലെ അഹങ്കാരിയും ഹൃദയശൂന്യനുമായിപ്പോകും. അവിടെ നമ്മളിൽ ജീവിതത്തിലെ വളരെ പ്രധാനപ്പെട്ട കാര്യങ്ങൾ പഠിക്കാനുള്ള ഇടമില്ലാതാകും.

ആ കർഷകനെപ്പോലെ ജീവിതത്തെ കാണുന്നതിലാണ് ജ്ഞാനമിരിക്കുന്നത്. ആ ബക്കറ്റിലെ വിള്ളൽ പോലെ അല്പം ചില കുറവുകൾ നല്ലത് തന്നെയാണ്. ഓരോ നഷ്ടത്തോടുമൊപ്പം നാം എന്തെങ്കിലും നേടുന്നുണ്ട്.

ഇനി എനിക്ക് പറയാനുള്ളത്, നിങ്ങൾ കണ്ണുകളടച്ച് നിങ്ങളുടെ അകത്തേയ്ക്ക് നോക്കുക എന്നാണ്. നിങ്ങൾ ആസൂത്രണം ചെയ്യുതനുസരിച്ച് കാര്യങ്ങൾ നിങ്ങളുടെ ജീവിതത്തിൽ നടക്കാതിരുന്ന ഒരു സന്ദർഭത്തെക്കുറിച്ച് നിങ്ങൾ ഓർത്ത് നോക്കുക. പക്ഷേ അപ്പോൾ യാദൃശ്ചികമായി മറ്റെന്തെല്ലാമോ നടന്നു.

പുതിയ അവസരങ്ങൾ ഉണ്ടായി. അല്ലെങ്കിൽ മറ്റൊരവസരത്തിൽ നിങ്ങൾക്ക് പഠിക്കാൻ സാധിക്കാത്ത വിലപ്പെട്ട ഒരു അറിവ് നിങ്ങൾക്ക് ലഭിച്ചു.

നിങ്ങളുടെ ജീവിതവിജയത്തിലേയ്ക്ക് നയിച്ച പാതയെക്കുറിച്ച് നിങ്ങൾ ഒരു നിമിഷം ഓർത്തുനോക്കുക. അത് പരിപൂർണ്ണവും കുറ്റമറ്റതുമായിരുന്നോ? അതോ അതിൽ നിറയെ കുണ്ടും കുഴിയും ഉയർച്ചതാഴ്ചകളും പിരിവുകളുമെല്ലാമുണ്ടായിരുന്നോ?

ജീവിതത്തിലെ ഏറ്റവും മികച്ച കാര്യങ്ങൾ എപ്പോഴും പരിപൂർണ്ണതയിൽ നിന്ന് അകലെയാണ്.

പരിപൂർണ്ണതയെ തേടുന്നതിൽ ഏകാഗ്രമായ ജീവിതം	വാബി സാബിയ്ക്കനുസൃമായ ജീവിതം
നിങ്ങൾക്ക് ഒരു പദ്ധതികളും പൂർത്തിയാക്കാനാവില്ല. കാരണം അതിൽ അപൂർണ്ണതയുള്ള എന്തെങ്കിലും കണ്ടെത്തിക്കൊണ്ടേയിരിക്കും.	എപ്പോഴാണ് നിറുത്തേണ്ട കൃത്യസമയം എന്ന അറിവുള്ളവരായിത്തീരും. നിങ്ങൾ 80% അല്ലെങ്കിൽ 90% മാത്രമേ നേടിയിട്ടുള്ളൂ എന്ന് നിങ്ങൾക്ക് തോന്നുന്നുണ്ടാകും, നിങ്ങളുടെ പദ്ധതികളുടെ അപൂർണ്ണതയാണ് അല്ലെങ്കിൽ ജീവിതത്തിന്റെ തന്നെ അപൂർണ്ണതയാണ് അതിനെ ആസ്വാദ്യകരമാക്കുന്നത്.
നിങ്ങളെ മറ്റുള്ളവരുമായി താരതമ്യപ്പെടുത്തിക്കൊണ്ട് നിങ്ങളെത്തന്നെ സ്വയം പീഡിപ്പിച്ചുകൊണ്ടിരിക്കും. നിങ്ങൾ ജീവിതത്തിൽ നിരന്തരമായ സംഘർഷത്തിലായിരിക്കും. കാരണം നിങ്ങൾ സ്വയം മെച്ചപ്പെട്ടാലും എപ്പോഴും അതിനെക്കാൾ മെച്ചപ്പെട്ട ഒരാളെ നിങ്ങൾ കണ്ടെത്തി സ്വയം താരതമ്യം ചെയ്തുകൊണ്ടിരിക്കും.	നിങ്ങളെക്കാളും സൗന്ദര്യമുള്ളവരും വിജയിച്ചവരും ഭാഗ്യമുള്ളവരുമായ ആളുകൾ എപ്പോഴുമുണ്ട് എന്ന വസ്തുതയെ നിങ്ങൾ അംഗീകരിക്കുന്നു. ഇത് നിങ്ങളെ അക്ഷമനാക്കുകയോ അല്ലെങ്കിൽ ഉപയോഗശൂന്യനാണെന്ന് തോന്നിക്കുകയോ ചെയ്യുന്നതിന് പകരം അതാണ് നിങ്ങളുടെ പ്രചോദനത്തിനുള്ള സ്രോതസ്സ്.

നിങ്ങൾ ലോകത്തിന് പര്യാപ്തനല്ല അല്ലെങ്കിൽ ചില വ്യക്തികളുടെ അത്രയും പ്രാപ്തിയില്ല എന്ന് സദാ തോന്നിക്കൊണ്ടിരിക്കും.	ലോകമോ മറ്റ് മനുഷ്യരോ നിങ്ങളിൽ നിന്ന് എന്തെങ്കിലും പ്രതീക്ഷിക്കുന്നു എന്ന ചിന്തയെ അവസാനിപ്പിക്കുന്നു.
പരിപൂർണ്ണത എന്ന സങ്കല്പത്തിൽ ഭ്രമിച്ച് നിങ്ങളുടെ കണ്ണുകൾ സദാ മറ്റുള്ളവരുടെ കഴിവുകളെ മാത്രം നോക്കിക്കൊണ്ടിരിക്കും	നിങ്ങൾ നിങ്ങളെത്തന്നെ സ്നേഹിക്കാനും നിങ്ങൾ എന്ന വിസ്മയത്തെയും സൗന്ദര്യത്തെയും അംഗീകരിക്കാനും പഠിക്കുന്നു.
നിങ്ങളുടെ ശരീരവും മനസ്സും നിരന്തരമായ സംഘർഷത്തിലായിരിക്കും. കാരണം എപ്പോഴും എന്തെങ്കിലും ചെയ്യാനുണ്ടെന്നോ മെച്ചപ്പെടുത്താനുണ്ടെന്നോ നിങ്ങൾ സങ്കൽപ്പിച്ചുകൊണ്ടേയിരിക്കും.	ഈ സാഹചര്യത്തിൽ നിങ്ങൾ ചെയ്യാൻ കഴിയുന്നതിന്റെ പരമാവധി നിങ്ങൾ ചെയ്തു കഴിഞ്ഞു. ഇനി ആഘോഷിക്കാനുള്ള സമയമാണ്. നിങ്ങളുടെ മനസ്സിനെയും ശരീരത്തിനെയും വിശ്രമിക്കാനനുവദിക്കുക.
"ഞാൻ ഇങ്ങനെ ചെയ്തിരുന്നെങ്കിൽ കാര്യങ്ങൾ മറ്റൊരു രീതിയിൽ ആകുമായിരുന്നു" "ഞാൻ ആ കാര്യത്തിൽ കൂടുതൽ നിർബന്ധം പിടിച്ചിരുന്നെങ്കിൽ ഇവിടെ ഇങ്ങനെയൊരു കുരുക്കിൽ ഞാൻ പെടുകയില്ലായിരുന്നു" "ഞാൻ അവനോട് കൂടുതൽ ചോദിക്കേണ്ടിയിരുന്നു" "ഞാൻ ഈ തീരുമാനം എടുത്തില്ലായിരുന്നുവെങ്കിൽ" എന്നിങ്ങനെയുള്ള ചിന്തകൾ കൊണ്ട് നിങ്ങൾ സദാ നിങ്ങളെ തന്നെ ശിക്ഷിച്ചുകൊണ്ടിരിക്കും.	കാര്യങ്ങൾ എല്ലായ്പ്പോഴും അനുകൂലമായി സംഭവിക്കുകയില്ല എന്ന യാഥാർത്ഥ്യത്തെ നിങ്ങൾ മനസ്സിലാക്കുന്നു. ശാസ്ത്രത്തിലെന്ന പോലെ ജീവിതത്തിലും നാം തെറ്റുകളിലൂടെയും അവ പിന്നെ തിരുത്തിക്കൊണ്ടുമാണ് മുന്നോട്ട് സഞ്ചരിക്കുന്നത്.

ദീർഘമായ പാത

രണ്ടായിരം വർഷങ്ങൾക്ക് മുമ്പ് മാർക്കസ് ഔറേലിയസ്

നമ്മെ ഓർമ്മിപ്പിച്ചുകൊണ്ടിരുന്നത് പ്രപഞ്ചം നിരന്തരമായി മാറിക്കൊണ്ടേയിരിക്കുന്നതാണ്, *"നമ്മുടെ ജീവിതം എന്നത് നമ്മുടെ ചിന്തകളാൽ നിർമ്മിക്കപ്പെട്ടതാണ്, ഈ മാറ്റം കൈവരിയ്ക്കാൻ ഒരു ധൃതിയും ആവശ്യമില്ല."*

ഈ വാബി സാബി മനോഭാവത്തിന്റെ പ്രശംസനീയമായ ഉദാഹരണമാണ് ജാപ്പനീസ് ചിത്രകാരനും എഡോ കാലഘട്ടത്തിലെ അച്ചടി വിദഗ്ധനുമായ കത്സുഷിക ഹോകുസായി. അദ്ദേഹം *പിക്ചേഴ്സ് ഓഫ് ദ ഫ്ലോട്ടിംഗ് വേൾഡ്* എന്ന ചിന്താപദ്ധതിയുടെ അനുയായികളിലൊരാളായിരുന്നു. അദ്ദേഹത്തിന്റെ തന്നെ ജീവിതം ഒരു വ്യക്തിത്വത്തിൽ നിന്ന് മറ്റൊരു വ്യക്തിത്വത്തിലേയ്ക്കുള്ള അനന്തമായ യാത്രയായിരുന്നു.

ഒരു കലാകാരൻ എന്ന നിലയിലുള്ള അദ്ദേഹത്തിന്റെ ജീവിതത്തിൽ അദ്ദേഹം എണ്ണിയാലൊടുങ്ങാത്ത തൂലികാനാമങ്ങൾ സ്വീകരിച്ചിരുന്നു. സോറി, കാകോ, മാഞ്ചി, ടൈറ്റോ എന്നിങ്ങനെ എണ്ണമറ്റ നാമങ്ങൾ.

തെർട്ടി സിക്സ് വ്യൂവ്സ് ഓഫ് മൗണ്ട് ഫുജി എന്ന ചിത്രപരമ്പരയുടെ ആദ്യത്തെ ചിത്രമായ *ദ ഗ്രേറ്റ് വേവ് ഓഫ് കണഗാവോ* എന്ന ചിത്രത്തിന്റെ പേരിലാണ് അദ്ദേഹത്തെ ലോകംമുഴുവനും അറിയുന്നത്. അദ്ദേഹത്തിന് തന്റെ ജീവിതത്തെക്കുറിച്ചും കലയെക്കുറിച്ചുമുള്ള അഭിപ്രായങ്ങളെ വാബി സാബിയെന്നല്ലാതെ മറ്റൊന്നും വിശേഷിപ്പിക്കാനാവില്ല.

ആറുവയസ്സിൽ ചിത്രകലയെക്കുറിച്ച് ബോധവാനായ അന്നു മുതൽ ഞാൻ അതുമായി പ്രണയത്തിലായിരുന്നു. അൻപത് വയസ്സുള്ളപ്പോൾ ഞാൻ വരച്ച ചില ചിത്രങ്ങൾ നല്ലതാണെന്ന് എനിക്ക് തോന്നി. പക്ഷേ എഴുപത് വയസ്സിന് മുമ്പ് ഞാൻ വരച്ച ഒരു ചിത്രത്തിനു പോലും ഒരു മൂല്യവുമുണ്ടായിരുന്നില്ല. എഴുപത്തിമൂന്നാം വയസ്സിൽ എനിക്ക് പ്രകൃതിയുടെ എല്ലാ വശങ്ങളും പിടികിട്ടി – പക്ഷികൾ, മത്സ്യം, മരങ്ങൾ, മൃഗങ്ങൾ, പ്രാണികൾ, പുല്ലുകൾ എല്ലാം. എൺപത് വയസ്സാകുമ്പോൾ ഞാൻ പിന്നെയും കുറേക്കൂടി വികസിക്കും. ആ കലയുടെ രഹസ്യം

ഞാൻ ശരിക്കും സ്വായത്തമാക്കുന്നത് തൊണ്ണൂറിലായിരിക്കും. എനിക്ക് നൂറ് വയസ്സുള്ളപ്പോൾ എന്റെ കല യഥാർത്ഥത്തിൽ മഹത്തരമായിരിക്കും. എന്റെ അന്തിമലക്ഷ്യം സാധ്യമാകുന്നത് നൂറ്റിപ്പത്ത് വയസ്സിലായിരിക്കും, അപ്പോൾ ഞാൻ വരയ്ക്കുന്ന ഓരോ വരയും, കുത്തും ജീവിതം നിറഞ്ഞ് തുളുമ്പുന്നതായിരിക്കും.

ഒരു തുടക്കക്കാരന്റെ മാനസികാവസ്ഥ അവസാനംവരെ അദ്ദേഹത്തിലുണ്ടായിരുന്നു. താൻ എവിടെയെങ്കിലും എത്തിച്ചേർന്നതായി ഹോക്കുസായിയ്ക്ക് ഒരിക്കലും തോന്നിയില്ല. അദ്ദേഹം ഒരു കലാകാരനായിരുന്നു പരിണമിച്ചുകൊണ്ടേയിരിക്കുന്ന ഒരു മനുഷ്യൻ. അദ്ദേഹത്തിന്റെ വലിയ തിരപോലെ തുടക്കമോ ഒടുക്കമോ ഇല്ലാത്തൊരാൾ.

ധ്യാന വെളിവുകൾ

"ഒരു ചുവടിനപ്പുറം അന്ധകാരമാണ്"
എന്നൊരു ജാപ്പനീസ് പഴമൊഴിയുണ്ട്.
ഇതിൽ നമ്മൾ മനുഷ്യരെയെല്ലാം ബന്ധിപ്പിക്കുന്ന
ഒരു വലിയ സത്യം അടങ്ങിയിരിക്കുന്നു.
നമ്മൾ ഭാവിയേക്കാൾ
വർത്തമാനകാലത്തെയാണ് ഇഷ്ടപ്പെടുന്നത്,
കാരണം ഇവിടെ ഇപ്പോൾ എല്ലാം നിയന്ത്രണവിധേയമാണ്
എന്ന തെറ്റിദ്ധാരണയിലാണ് നാമുള്ളത്.
ഭാവി നമുക്ക് ഭയവും അനിശ്ചിതത്ത്വവും ഉണ്ടാക്കുന്നു.
കാരണം അത് എങ്ങനെയായിരിക്കുമെന്ന് നമ്മൾക്കറിയില്ല.
അത് നമ്മുടെ നിയന്ത്രണത്തിന് പുറത്താണ്.
പക്ഷേ ഭാവി എന്നത് ഒരു ഘട്ടത്തിൽ
വർത്തമാനമായിത്തീരും അതിനാൽ സത്യത്തിൽ
ഭാവിയും വർത്തമാനവും നമ്മുടെ നിയന്ത്രണത്തിന്
അതീതമാണ്. അത് അങ്ങനെയാണ് എന്നത്
ആവേശകരവും മനോഹരവുമാണ്.

വാബി സാബിയും പിൻവാങ്ങലും

"എല്ലാ സങ്കടങ്ങളും സഹനീയമാകുന്നത്
അത് ഒരു കഥയിൽ ഉൾക്കൊള്ളിക്കുമ്പോഴാണ്."

—ബോറിസ് സിറുൾനിക്

ഒരിക്കൽ ഒരു പിയാനോ വിദ്യാർത്ഥി എന്നോട് ചോദിച്ചു :

"ഇക്കാലത്ത് ഒരു ടാബ്ലറ്റിനോ സ്മാർട്ട് ഫോണിനോ എന്നെക്കാൾ നന്നായി സ്വയമേവ പിയാനോ വായിക്കാൻ സാധിക്കുമെങ്കിൽ ഞാൻ എന്തിന് വായിക്കണം."

ആ വിദ്യാർത്ഥി സ്വരങ്ങളുടെ നോട്ടുകൾ ഉപയോഗിച്ച് സംഗീതം പുറപ്പെടുവിക്കുന്ന നിരവധി ആപ്പുകൾ എനിക്ക് കാണിച്ചു തന്നു. ഞാൻ അവനോട് ഇങ്ങനെ വിശദീകരിച്ചു :

"നിങ്ങളുടെ ഫോണിലൂടെ ഡിബ്യൂസ്സിയുടെ സംഗീതം ഒരേ രീതിയിൽ മാത്രമേ നിങ്ങൾക്ക് ശ്രവിക്കാൻ സാധിക്കുകയുള്ളൂ. എന്നാൽ നിങ്ങൾ അത് വായിക്കുമ്പോൾ അതിൽ നിങ്ങളുടെ വികാരങ്ങൾ പ്രതിഫലിക്കും. അതിൽ കുറവുകളുണ്ടാകും, ഒരിക്കലും നിങ്ങൾ അത് ഒരേ പോലെ രണ്ട് തവണ ആവർത്തിക്കുകയില്ല. നിങ്ങൾ പ്രണയബദ്ധനായിത്തീർന്ന ഒരു സൂര്യപ്രകാശമുള്ള ദിവസം വായിക്കുന്നതുപോലെയായിരിക്കില്ല നിങ്ങളുടെ ബന്ധു വിന്റെ വിയോഗവാർത്തയറിഞ്ഞ മേഘാവൃതമായ ദിവസം

നിങ്ങൾ പിയാനോ വായിക്കുന്നത്. സംഗീതം എന്നത് വെറും ഈണം മാത്രമല്ല. നിങ്ങളും ആ സംഗീതത്തിന്റെ ഭാഗമാണ്. കഥ അതിന്റെ അനുഭവത്തിൽ നിങ്ങളെയും ഉൾക്കൊള്ളുന്നു. നിങ്ങളുടെ മാനുഷികമായ ന്യൂനതകളും ആ സൃഷ്ടിയുടെ ഭാഗമാണ്."

സത്യത്തിൽ, ആ വിദ്യാർത്ഥി പോയിക്കഴിഞ്ഞപ്പോൾ ഞാൻ ഇങ്ങനെ ചിന്തിച്ചു, "കലയുടെ ഉദ്ദേശം പരിപൂർണ്ണമായ ഒന്ന് സൃഷ്ടിക്കുക എന്നതല്ല, അതിന്റെ ദൗത്യം പ്രകൃതിയുടെ ആന്തരിക സ്വരലയം അനാവരണം ചെയ്യുക എന്നതാണ്."

കോഡാ : സമാപ്തിയുടെ സൗന്ദര്യം

നിങ്ങളുടെ ജീവിതത്തിലുണ്ടാകുന്ന തിരിച്ചടികൾ നിങ്ങളുടെ വർത്തമാനത്തെയോ ഭാവിയെയോ ബാധിക്കാത്ത വിധത്തിൽ ജീവിതത്തിന്റെ കൈവഴികളിലൂടെ സഞ്ചരിക്കാനുള്ള കലയാണ് പിൻവാങ്ങൽ. നമ്മൾ എല്ലാവരും ജീവിതത്തിൽ നിമ്നോന്നതങ്ങളിൽ പെട്ട് ഉലയുന്നവരാണ്. എന്നാൽ നിങ്ങൾക്ക് പിൻവാങ്ങാനുള്ള കഴിവുണ്ടെങ്കിൽ ആ വിപരീത സാഹചര്യങ്ങളെ തരണം ചെയ്യാനുള്ള ഉപകരണങ്ങൾ നിങ്ങളുടെ കൈയ്യിലുണ്ടാകും.

ഈ വിഷയത്തിൽ വർഷങ്ങൾക്ക് മുമ്പ് ഒരു ഡോക്യുമെന്ററി പുറത്തിറങ്ങുകയുണ്ടായി. അത് കണ്ട ആരെയും അത് ആഴത്തിൽ സ്പർശിക്കാതിരിക്കുകയില്ല. ഞാൻ 'കോഡാ'യെക്കുറിച്ചാണ് പറയുന്നത്. അതിൽ എന്റെ രാജ്യക്കാരനായ റിയൂച്ചി സകമോട്ടോ തന്റെ ജോലിയെക്കുറിച്ച് അനുസ്മരിക്കുകയും ദൈനംദിന ജീവിതത്തിൽ അനുഭവിച്ച ക്ലേശങ്ങൾ അതിശയകരമായ സത്യസന്ധതയോടെ വിവരിക്കുകയും ചെയ്യുന്നുണ്ട്.

സംഗീതം പഠിക്കുന്ന എല്ലാവർക്കും തന്നെ അറിയാം 'കോഡാ' എന്നത് ഒരു പാട്ടിന്റെ ചരണമാണ്. അതിൽ ആ പാട്ടിന്റെ മികച്ച ഭാഗങ്ങൾ ആവർത്തിക്കപ്പെടുന്നു. തൊണ്ടയിൽ ക്യാൻസറാണെന്ന് അറിഞ്ഞതിന് ശേഷം ഇതുതന്നെയാണ്

സകമോട്ടോ തന്റെ ഡോക്യുമെന്ററിയിൽ ചെയ്യുന്നത്. നടനും സംഗീതസംവിധായകനുമായ അദ്ദേഹം തന്റെ ജീവിതത്തിൽ ധീരമായ ഒരു തിരനോട്ടം നടത്തുന്നു. ഡോക്ടറെ കാണാൻ ദിവസേനയുള്ള യാത്രയും താൻ കഴിക്കുന്ന മരുന്നുകളും ദിവസേനയുള്ള ക്ലേശങ്ങളും മരണകാരണം തന്നെയായ ആ അസുഖത്തിന്റെ അനിശ്ചിതത്ത്വങ്ങളുമെല്ലാം സുതാര്യമായി കാണിച്ചുതരുന്നു.

അത് ജാപ്പനീസ് സിനിമകളുടെ പതിവ് മന്ദതയോടെയാരംഭിച്ച് ദൈനംദിന ജീവിതത്തിന്റെ വിശദാംശങ്ങളിലേക്കും സൂക്ഷ്മതകളിലേക്കും അതീവ ശ്രദ്ധപുലർത്തുന്ന വളരെ ശോകാർദ്രമായ ഡോക്യുമെന്ററിയാണ്. അതിജീവനവും സ്മരണയും എന്നീ രണ്ട് പ്രമേയങ്ങൾക്കൊപ്പം നമ്മെ അതിലേക്ക് പൂർണ്ണമായും ആഴ്ത്തിക്കളയുന്നത് അതിലെ ആഖ്യാനപരമായ തത്ത്വമായി ഉടനീളം വർത്തിക്കുന്ന വാബി സാബിയുടെ ദൈനംദിന അഭ്യാസമാണ്. ഒരു കലാകാരൻ എന്നതുപോലെ തന്നെ സകാമോട്ടോ അറിയപ്പെടുന്ന പരിസ്ഥിതി പ്രവർത്തകനാണ്. ഫുകുഷിമ ദുരന്തത്തോട് അദ്ദേഹം നടത്തുന്ന വ്യക്തിപരമായ പ്രതികരണങ്ങൾ വളരെ സുപ്രധാനവും എടുത്തു പറയേണ്ടതുമാണ്. ഇതും ആ ഡോക്യുമന്ററിയിൽ കാണിക്കുന്നുണ്ട്.

സുനാമിയിൽ കടലെടുത്തുപോയ ഒരു പിയാനോ കണ്ടെടുത്ത ശേഷം അത് സ്വന്തം കൈകൾകൊണ്ട് നന്നാക്കുവാൻ സകാമോട്ടോ ശ്രമിക്കുന്നുണ്ട്. അത്രയും സങ്കീർണ്ണമായ ഉപകരണം നന്നാക്കുക എന്നത് അസാധ്യമായ ഒരു ജോലിയാണ്. യമഹയുടെ ആ പിയാനോ ഈണമിടുക അസാധ്യമാണെന്ന് അദ്ദേഹത്തിനറിയാം, എങ്കിലും അദ്ദേഹം തന്നാലാവും വിധം അത് നന്നാക്കിയെടുക്കുന്നുണ്ട്.

ആ ഡോക്യുമെന്ററിയുടെ അവസാന ഭാഗത്ത് അദ്ദേഹം രോഗവുമായി മല്ലിടുകയും ലോകത്തിന്റെ ഭാവിയെന്താണെന്ന് ആശ്ചര്യപ്പെടുകയും ചെയ്യുന്നു. അതോടൊപ്പം ആ പിയാനോയുടെ കട്ടകൾ അമർത്തിക്കൊണ്ട് ഒരു ആൽബം റിക്കോർഡ്

ചെയ്യുന്നു. അതിൽ നിന്ന് കടലിനടിയിലെ ജീവികളുടേതു പോലെ ഉയരുന്ന ഒരു ശബ്ദത്തെ മെരുക്കാൻ ശ്രമിക്കുന്നു.

താൻ എത്രകാലം ജീവിക്കുമെന്നോ തന്റെ ചരണം എത്ര കാലമുണ്ടാകുമെന്നോ സകാമോട്ടോയ്ക്ക് അറിയില്ല. പക്ഷേ അദ്ദേഹം ആ തകർന്ന പിയാനോയെ സംരക്ഷിക്കുന്നു. അതിലൂടെ അദ്ദേഹം ലോകത്തിലേയ്ക്ക് സൗന്ദര്യം തിരികെ കൊണ്ടുവരാൻ ശ്രമിക്കുകയാണ്. വാബി സാബിപോലെ ഒരു അപൂർണ്ണ സൗന്ദര്യം. എന്തുതന്നെയായാലും അത് പ്രതീക്ഷ നല്കുന്നു. ഒന്നും നഷ്ടപ്പെടുന്നില്ല, തകർന്നത് തിരികെ ഒന്നിപ്പിക്കാം, വേദനയുള്ളിടത്ത് സൗന്ദര്യവും സ്നേഹവും സൃഷ്ടിക്കാം എന്നതാണ് അദ്ദേഹത്തിന്റെ സന്ദേശം.

തകർന്ന വസ്തുക്കളിലും ജീവിതമുണ്ട്

സകാമോട്ടോ പുനർനിർമ്മിച്ച പിയാനോ എപ്പോഴും അപൂർണ്ണ മായിത്തന്നെയിരിക്കും. അതിനെ പൂർണ്ണമായി പുന:സ്ഥാ പിക്കാം എന്ന ആ കലാകാരന്റെ സ്വപ്നം ഒരിക്കലും പൂർത്തി കരിക്കപ്പെടുകയില്ല, കാരണം അതിന്റെ തകർച്ചയുടെ വ്യാപ്തി അത്രയും ആഴത്തിലുള്ളതാണ്. സകാമോട്ടോയുടെ ജീവിതം വളരെ ലാളിത്യം നിറഞ്ഞതായിരുന്നു എന്നിരുന്നാലും അത് നന്നാക്കാനുള്ള അയാളുടെ പ്രചോദനത്തിന്റെ ഉൾക്കാമ്പായി വർത്തിച്ചത് സൗന്ദര്യം എന്ന സങ്കല്പമായിരുന്നു.

ഒരു സംഗീതജ്ഞനിൽ നിന്ന് മറ്റൊരു സംഗീതജ്ഞ നിലേക്ക് : ഇസഹാക്ക് പേൾമാൻ എന്ന പ്രശസ്ത വയലിനിസ്റ്റി നെക്കുറിച്ചുള്ള ഒരു കഥയെഴുത്തുകാരനും പ്രഭാഷകനുമായ അലക്സ് റോവീര ഒരിക്കൽ ഒരു പ്രത്യേക അവസരത്തിൽ പറയുകയുണ്ടായി.

ഇസ്രായേലുകാരനായ ആ സംഗീതജ്ഞൻ ന്യൂയോർക്കിലെ ലിങ്കൺ സെന്ററിൽ തന്റെ സംഗീതപരിപാടി നടത്തുമ്പോഴാണ് ഇനി പറയുന്ന സംഭവമുണ്ടായത്. പേൾമാൻ ഗുരുതരമായ ശാരീരിക വൈകല്യങ്ങളുള്ള വ്യക്തിയാണ്. കുഞ്ഞുന്നാളിൽ

ബാധിച്ച പോളിയോയുടെ അനന്തരഫലങ്ങൾ അദ്ദേഹത്തിന്റെ ചലനശേഷിയെ സാരമായി ബാധിക്കുകയും അദ്ദേഹത്തിന്റെ ജീവിതത്തെ പരിമിതപ്പെടുത്തുകയും ചെയ്തിരുന്നു. അദ്ദേഹത്തിന് സ്റ്റേജിൽ കയറുവാനും സീറ്റിലിരുന്ന് വയലിൻ വായിക്കുവാനുമെല്ലാം വളരെ പ്രയാസമായിരുന്നു.

അന്ന് വൈകുന്നേരം അദ്ദേഹത്തിന്റെ മനോഹരമായ വയലിൻ വാദനത്തിനായി ചെവിയോർത്തിരുന്ന ആളുകൾ തിങ്ങിനിറഞ്ഞ ഹാളിലെ സ്റ്റേജിൽ കയറി അദ്ദേഹം തന്റെ ഊന്നുവടികൾ മാറ്റിവച്ച് കാലിനും അരയ്ക്കുമെല്ലാം താങ്ങായിനിന്ന കവചം ഊരിമാറ്റി വയലിനെടുത്ത് വായിക്കുവാനായി തന്റെ കീഴ്ത്താടിയോട് ചേർത്തുവച്ചു. ആ ഓർക്കസ്ട്രയുടെ സംവിധായകൻ പരിപാടി ആരംഭിക്കാനുള്ള സൂചന നല്കുന്നതിന് തൊട്ട് മുമ്പ് ദൗർഭാഗ്യകരമായ ഒരപകടം സംഭവിച്ചു. വയലിന്റെ കമ്പികളിൽ ഒന്ന് പൊട്ടിപ്പോയി.

ആ ശബ്ദം കേട്ടപ്പോൾ കാണികൾ വിചാരിച്ചു ഇനി ആ കമ്പി മാറ്റിയിട്ടതിന് ശേഷമായിരിക്കും പരിപാടി തുടങ്ങുക എന്ന്. എന്നാൽ എല്ലാവരേയും ആശ്ചര്യപ്പെടുത്തിക്കൊണ്ട് പേൾമാൻ തന്റെ പതിവ് ആവേശത്തോടെ ആ കമ്പി ഇല്ല എന്നതുപോലെ വയലിൻ വായന ആരംഭിച്ചു.

അവശേഷിക്കുന്ന മൂന്ന് കമ്പിയിൽ ആ ഈണം വായിക്കണമെങ്കിൽ പേൾമാൻ അവിടെവച്ച് തന്നെ തന്റെ ശൈലിയിൽ മനോധർമ്മപ്രകാരമുള്ള മാറ്റങ്ങൾ വരുത്തേണ്ടതുണ്ടായിരുന്നു. അദ്ദേഹം അങ്ങനെ ചെയ്യുകയും അസാമാന്യ സൗന്ദര്യവും ആവിഷ്കാരഭംഗിയും ഒത്തിണങ്ങിയ അസാധാരണമായ പ്രകടനം കാഴ്ചവെയ്ക്കുകയും ചെയ്തു.

ആ പ്രകടനം അവസാനിച്ചപ്പോൾ സദസ്സ് കുറേനേരം സ്തബ്ദരായി നിലകൊണ്ടു. ഒടുവിൽ ആ ഹാൾ മുഴുവൻ ഇടിമുഴക്കം പോലുള്ള കൈയ്യടികളാൽ മുഖരിതമായി.

തന്റെ നെറ്റിയിൽ നിന്ന് വിയർപ്പുതുള്ളികൾ തുടച്ച് മാറ്റിയിട്ട് അദ്ദേഹം ആ സദസ്സിനു നേരെ നന്ദിസൂചകമായി കുമ്പിട്ടു

ശേഷം താൻ അല്പം സംസാരിക്കാൻ ആഗ്രഹിക്കുന്നു എന്ന തിന്റെ സൂചകമായി തന്റെ വയലിന്റെ ബോ ഉയർത്തിക്കാട്ടി. സദസ്സ് ഒരിക്കൽക്കൂടി നിശബ്ദമായി. ആ വയലിനിസ്റ്റ് ഇങ്ങനെ പറഞ്ഞു :

"നിങ്ങൾക്കറിയാമോ?... തന്റെ കയ്യിൽ അവശേഷിക്കുന്ന വസ്തുക്കളുമായി തനിക്ക് എന്തെല്ലാം ചെയ്യാൻ കഴിയും എന്ന് ഒരു കലാകരൻ ചിന്തിക്കേണ്ടിവരുന്ന ചില അവസരങ്ങളുണ്ട്."

അദ്ദേഹത്തിന്റെ ഹൃദയസ്പർശിയായ കഥയെക്കുറിച്ച് അലക്സ് റിവോറയുടെ മനനം ഇങ്ങനെയാണ് :

ഈ ചോദ്യമാണ് നാം നമ്മോടു തന്നെ നമ്മുടെ ജീവിത ത്തിൽ ചോദിക്കേണ്ടത്. നമ്മുടെ കയ്യിലുള്ളതുകൊണ്ട്, നമ്മുടെ കൈയ്യിൽ അവശേഷിച്ചതുകൊണ്ട് നമുക്ക് എന്തുചെയ്യാൻ സാധിക്കും? സൂക്ഷ്മമായി പരിശോധിച്ചാൽ നമ്മുടെ ജീവിത ത്തിൽ എപ്പോഴും എന്തെങ്കിലുമൊക്കെ കുറവുകൾ ഉണ്ടാകും, എപ്പോഴും മെച്ചപ്പെടുത്താനും തിരുത്താനുമുള്ള അവസരങ്ങൾ ഉണ്ടാകും, പലപ്പോഴും നമ്മുടെ ജീവിതത്തിൽ, കമ്പി പൊട്ടിയ വയലിൻ വായിക്കേണ്ടിവരും. നമ്മൾ അപൂർണ്ണരാണെങ്കിലും ദുർബ്ബലരാണെങ്കിലും അവിടെവച്ചു തന്നെ നമ്മുടെ പക്കലു ള്ളതുകൊണ്ട് നമ്മുടെ ഹൃദയവും ആത്മാവും ജീവിതത്തിനായി സമർപ്പിക്കാൻ സാധിച്ചാൽ ധൈര്യം ഉദിക്കുക തന്നെ ചെയ്യും. അപ്പോൾ നമ്മുടെ കൈയ്യിൽ അവശേഷിച്ചതുകൊണ്ട് നമുക്ക് എന്ത് തന്നെ ചെയ്യാൻ സാധിക്കുകയില്ല?

കിന്റ്സുഗി-യുടെ പാഠങ്ങൾ

മാനുഷികമായ സൗന്ദര്യം തുളുമ്പുന്ന ഒരു ജാപ്പനീസ് കല യുപയോഗിച്ച് ആ ചോദ്യത്തിന് നമുക്ക് ഉത്തരം നല്കാം – *കിന്റ്സുഗിയിൽ* തകർന്ന കഷണങ്ങൾ കൂട്ടിയോജിപ്പിക്കാനായി സ്വർണ്ണവർണ്ണമാണ് ഉപയോഗിക്കുന്നത്. അത് അതിനെ കൂടു തൽ മാറ്റങ്ങൾ ഉൾക്കൊള്ളാനുള്ള പ്രേരണയെ നല്കുന്നതാകുന്നു.

തകർന്ന വസ്തുവിന്റെ വിള്ളലുകൾ അടയ്ക്കാൻ ആ വസ്തുവിന്റെ നിറമുള്ള ചായം ഉപയോഗിക്കുന്നതിന് പകരം സ്വർണ്ണ നിറത്തിലുള്ളവ ഉപയോഗിക്കുമ്പോൾ അത് ഒരു സവിശേഷമായ തത്ത്വചിന്തയെ ഉൾക്കൊള്ളുന്നു. ആ തത്ത്വചിന്ത നമുക്ക് മനുഷ്യാത്മാവിൽ ഇങ്ങനെ പ്രയോഗിക്കാവുന്നതാണ്:

- എല്ലാ വസ്തുക്കൾക്കും ഒരു കഥയുണ്ട്. അവയുടെ മുറിവുകൾ വെളിപ്പെടുത്തിക്കൊണ്ട് അത് പറയാൻ നാം അവയെ അനുവദിക്കുന്നു, അത് അവയെ കൂടുതൽ മൂല്യമുള്ളതാക്കുന്നു. *കിന്റ്സുഗിയുടെ ആദ്യ പാഠം : മുറിവുകൾ മറച്ചുവയ്ക്കാനുള്ളതല്ല അത് നമ്മുടെ കഥയുടെ ഭാഗമാണ്.*
- നമ്മൾ നന്നാക്കിയ കപ്പ്, പാത്രം എന്നിവയ്ക്കെല്ലാം ഒരപകടം സംഭവിച്ചിട്ടുണ്ടെങ്കിൽ അത് അതിനെ കൂടുതൽ രസകരമാക്കുന്നു. സത്യത്തിൽ അത് അതിനെ ഫാക്ടറിയിൽ നിന്ന് ഒരു കേടുപാടുമില്ലാതെ പരിപൂർണ്ണമായി പുറത്തിറങ്ങുന്ന വസ്തുക്കളെക്കാളേക്കാൾ ഏറെ മൂല്യവത്താക്കുന്നു. *കിന്റ്സുഗിയുടെ രണ്ടാമത്തെ പാഠം : നമ്മൾ ഇത്രയും ദൂരം എത്തിച്ചേരുവാനായുള്ള നമ്മുടെ അതിജീവനമാണ് നമ്മുടെ ഏറ്റവും വലിയ നിധി.*
- നമ്മെ പിൻതിരിപ്പിക്കാൻ പ്രേരിപ്പിക്കാത്ത ആ അപകടം, അതായത് പേൾമാന്റെ വയലിൻ പോലെ നമ്മുടെ ശക്തിയും അറിവിന്റെ സ്രോതസ്സുമായി മാറുന്നു. മഹാനായ പേർഷ്യൻ കവി റൂമി പറഞ്ഞതുപോലെ *"ഒരു മുറിവാണ് നിങ്ങളിലേയ്ക്ക് പ്രകാശത്തിന് തുളച്ച് കയറാനുള്ള കവാടം" കിന്റ്സുഗിയുടെ മൂന്നാമത്തെ പാഠം : അപകടങ്ങൾ തിരിച്ചറിവുകളെ നല്കുന്നവയാണ്.*

നമ്മൾ ഒരു നിശ്ചിതപ്രായത്തിൽ എത്തിച്ചേരുമ്പോൾ നാമെല്ലാം ഒരുതരത്തിൽ അല്ലെങ്കിൽ മറ്റൊരു തരത്തിൽ കേടുപാടുകൾ തീർത്ത് ജീവിത സഞ്ചാരം തുടരുന്ന തകർന്ന പാത്രങ്ങളാണ്. ചെറിയ അളവിലോ വലിയ അളവിലോ എല്ലാവരും തന്നെ

നിരാശ അനുഭവിച്ചിട്ടുണ്ടാകും. അത് അവരുടെ സുഹൃത്തുക്കളിൽ നിന്നാകാം ബന്ധുക്കളിൽ നിന്നാകാം അല്ലെങ്കിൽ ജോലി സംബന്ധിയാകാം അല്ലെങ്കിൽ ആരോഗ്യകാരണങ്ങൾ കൊണ്ടാകാം.

അതിലുള്ള ഏറ്റവും വലിയ ചോദ്യം ആ ഇസ്രായേലി വയലിനിസ്റ്റ് ചോദിച്ചത് തന്നെയാണ്, "നമ്മുടെ കയ്യിൽ അവശേഷിച്ചതുകൊണ്ട് നാം എന്തു ചെയ്യുന്നു?"

വിധി ഏൽപ്പിക്കുന്ന പ്രഹരങ്ങൾക്ക് മുന്നിൽ നമുക്ക് അസ്തിത്വപരമായ രണ്ട് നിലപാടുകളിൽ ഒന്ന് സ്വീകരിക്കാം :

1. നമ്മുടെ ദൗർഭാഗ്യത്തെ ശപിച്ച് നമ്മളിൽ നിന്ന് ഉത്തരവാദിത്വത്തെ മാറ്റി മൂന്നാമനെ കുറ്റപ്പെടുത്തി പ്രശ്നം പരിഹരിക്കാൻ ഒന്നും ചെയ്യാതിരിക്കാം.
2. നമ്മുടെ വിധിയുമായി ഇടപഴകാം, വർത്തമാനകാലത്തെ മെച്ചപ്പെടുത്താനുള്ള പടവുകൾ സ്വീകരിക്കാം. തകർന്നതിനെ നന്നാക്കി മുന്നോട്ട് സഞ്ചരിക്കാം.

ഇതിൽ രണ്ടാമത്തേത് കാതലായ പരിവർത്തനത്തിലേയ്ക്ക് നയിക്കുന്ന പാതയാണ്. നമ്മൾ കഷ്ടപ്പെടുകയോ പരാജയപ്പെടുകയോ ചെയ്തതിന് ശേഷം വീണ്ടും എഴുന്നേറ്റാൽ നാം മുമ്പത്തേതിനേക്കാൾ മെച്ചപ്പെടും. കാരണം നമ്മൾ അതിൽ നിന്ന് അനുഭവവും പ്രതിരോധവും നേടും. അതാണ് ജീവിതത്തിന്റെ ഏത് അപകടങ്ങളിൽ നിന്നുമുള്ള ഉയിർത്തെഴുന്നേൽപ്പിന്റെ കല.

ഈ അവസരത്തിൽ അമേരിക്കൻ നോവലിസ്റ്റായ എണസ്റ്റ് ഹെമ്മിങ്ങ് വേ പറഞ്ഞത് അനുസ്മരിക്കാവുന്നതാണ്, *"ലോകം എല്ലാവരേയും തകർക്കുന്നു എന്നാൽ പിന്നീട് പലരും തകർച്ചയുടെ ഇടങ്ങളിൽ ശക്തരായി മാറുന്നു."*

പ്രയാസമേറിയ സീസൺ ടിക്കറ്റ്

പ്രതിരോധ ശേഷിയുടെ അപൂർവ്വ ഉദാഹരണമാണ് കവിയും

നാടക കൃത്തുമായ ഡെറിക് ആട്ടൺ വാൽക്കോട്ട്, അദ്ദേഹം കരീബിയനിലെ അഗ്നിപർവ്വതം കൊണ്ട് നിർമ്മിതമായ ഒരു ചെറിയ ദ്വീപായ സെയിന്റ് ലൂസിയയിലെ നിവാസിയാണ്, അദ്ദേഹത്തിന്റെ മുത്തച്ഛനും മുത്തശ്ശിയും അടിമകളുടെ പിൻമുറക്കാരാണ്.

വാൽക്കോട്ട് കുട്ടിയായിരിക്കുമ്പോൾ തന്നെ ബോഹീമിയൻ ചിത്രകാരനായിരുന്ന അദ്ദേഹത്തിന്റെ പിതാവ് മരിച്ചുപോയി. വളരെ ചെറുപ്പത്തിൽ തന്നെ തന്റെ ഇരട്ട സഹോദരന്റെ മരണത്തിനും അദ്ദേഹത്തിന് സാക്ഷിയാകേണ്ടിവന്നു. ആ മരണം അദ്ദേഹത്തെ ആഴത്തിൽ സ്വാധീനിക്കുകയും അത് ജീവിതകാലം മുഴുവനും അദ്ദേഹത്തിൽ ആഴത്തിലുള്ള മുറിവായി അവശേഷിക്കുകയും ചെയ്തു.

ഈ നാടകീയമായ അനുഭവങ്ങൾ കലയോടും സാഹിത്യത്തോടുമുള്ള അദ്ദേഹത്തിന്റെ താല്പര്യത്തെ ശക്തിപ്പെടുത്തി. അത് ഒരേ സമയം തന്റെ വേദനയ്ക്കുള്ള ശമന തൈലമായും ജീവിതത്തിന്റെ പ്രയാസങ്ങളെ ആവിഷ്ക്കരിക്കാനുള്ള ഒരു മാർഗ്ഗമായും അദ്ദേഹത്തിൽ വേരൂന്നി.

താൻ ജനിച്ച ദ്വീപ് വിട്ട് യാത്രയാരംഭിച്ച അദ്ദേഹം ബോസ്റ്റൺ യൂണിവേഴ്സിറ്റിയിലെ ഒരു പ്രൊഫസറായി മാറി, ബോസ്റ്റൺ നഗരത്തിൽ അദ്ദേഹം ഒരു നാടകശാലയും സ്ഥാപിച്ചു. 1922-ൽ അദ്ദേഹത്തിന് സാഹിത്യത്തിനുള്ള നോബൽ സമ്മാനം ലഭിച്ചു.

അദ്ദേഹത്തിന്റെ കവിതകൾക്ക് അപാരമായ ജീവശക്തിയും *കിറ്റ്സംഗി*-യെക്കുറിച്ചുള്ള ആഴത്തിലുള്ള ധാരണയുമുണ്ട്, അത് തകർന്നതിനെ നന്നാക്കാനുള്ള കല പഠിപ്പിക്കുന്നു. തന്റെ നോബൽ പ്രസംഗത്തിൽ അദ്ദേഹം പറഞ്ഞു :

ഒരു പാത്രം പൊട്ടിച്ചാൽ, ആ കഷണങ്ങൾ തിരികെ കൂട്ടിച്ചേർക്കുന്ന സ്നേഹം, അത് മുഴുവനായപ്പോൾ അതിന്റെ

സമാനത സ്വീകരിച്ച സ്നേഹത്തേക്കാൾ ശക്തമാണ്. കഷണ ങ്ങൾ പരസ്പരം ബന്ധിപ്പിക്കുന്ന പശ അതിന്റെ യഥാർത്ഥ രൂപത്തിന്റെ മുദ്രയാണ്.

തകർന്ന ഒരു പാത്രം പോലെ, മനുഷ്യരായ നമുക്കും തകർന്നാൽ സുഖപ്പെടുത്താനുള്ള കഴിവുണ്ട്, മുമ്പത്തെപ്പോലെ ആകുക മാത്രമല്ല, മുമ്പത്തേക്കാൾ മികച്ചതായിത്തീരുകയും ചെയ്യും. എന്തെങ്കിലും പൊട്ടിപ്പോകുമ്പോൾ, ആ ഭാഗങ്ങൾ വീണ്ടും കൂട്ടിച്ചേർക്കുന്നതിൽ നാം കാണിക്കുന്ന സ്നേഹം, ഒരു പൂർത്തിയായ വസ്തു നിർമ്മിക്കാൻ ആഗ്രഹിച്ച കര കൗശല വിദഗ്ധനെക്കാളോ, അല്ലെങ്കിൽ അത് പുതുതായി വാങ്ങി യപ്പോൾ നമുക്ക് തോന്നിയ സ്നേഹത്തെക്കാളോ ശക്തമാണ്. സ്നേഹം കാലക്രമേണ വളരുന്നു, ദുർബ്ബലമാകുന്നില്ല, മറിച്ച് കൂടുതൽ മെച്ചപ്പെടുകയും ശക്തമാവുകയും ചെയ്യുന്നു.

ഒരു ജൂത പഴഞ്ചൊല്ലുണ്ട്, അത് പറയുന്നത്, ഒരു തകർന്ന ഹൃദയത്തിന് മാത്രമേ മറ്റൊരു തകർന്ന ഹൃദയത്തെ സുഖപ്പെടുത്താൻ കഴിയൂ, കാരണം കഷ്ടപ്പാട് എന്താണെന്ന് അതിന് ആഴത്തിൽ അറിയാം. ഇക്കാരണത്താൽ, ഓരോ മുറിവും, ഓരോ വിള്ളലും, ജീവിത പാതയിൽ നമ്മെ കൂടുതൽ ജ്ഞാനികളും, ആഴമേറിയവരും, കൂടുതൽ ആത്മവിശ്വാസമുള്ള വരുമാക്കുന്നു.

ധ്യാന വെളിവുകൾ

ഞാൻ മിന്നിത്തെളിയുന്ന നക്ഷത്രങ്ങളെ നിരീക്ഷിച്ചു
എന്നിട്ട് എന്റെ കൈകളിലേയ്ക്ക് നോക്കി.
ഞാൻ ഒരു ദീർഘനിശ്വാസമെടുക്കുമ്പോൾ
അനന്തതയിൽ ഒരു നിശ്ചലതയുണ്ടാവുന്നു.
ഞാൻ ആ നക്ഷത്രസമൂഹമാണ് അതേ സമയം
ധ്യാനനിറവാർന്ന മനസ്സുമാണ്.

ഇടം സൃഷ്ടിക്കൽ

“ജീവിതം യഥാർത്ഥത്തിൽ ലളിതമാണ്
എന്നാൽ നാം തന്നെ അത് സങ്കീർണ്ണമാക്കാൻ
പരിശ്രമിക്കുന്നു.”

—കൺഫ്യൂഷ്യസ്

നിങ്ങളുടെ ജീവിതം ഒരു ഇ-മെയിലിന്റെ ഇൻബോക്സല്ല.

നമ്മൾ സ്നേഹം നല്കുകയും സ്വീകരിക്കുകയും ചെയ്ത ദിവസങ്ങളിൽ മാത്രമേ നാം യഥാർത്ഥത്തിൽ ജീവിച്ചിരുന്നുള്ളൂ. മറ്റുള്ള സമയം നമ്മൾ ഈ ലോകത്തിൽ നിന്ന് വിസ്മരിക്കപ്പെടുന്നതുപോലെ വിസ്മരിക്കപ്പെട്ടുപോകും. ഒരു ബന്ധുവോ പരിചയക്കാരനോ സുഹൃത്തോ“ഞങ്ങൾ വളരെ തിരക്കിലാണ്” എന്ന് പറഞ്ഞാൽ അതിന്റെ അർത്ഥം അവർ സമ്മർദ്ദത്താൽ ദുരിതമനുഭവിക്കുകയാണ് എന്നാണ്. ഞാൻ തന്നെ മറ്റുള്ളവരോട് “ഞാൻ വളരെ തിരക്കിലാണ്” എന്നു പറയുന്നത് കേൾക്കുമ്പോൾ അല്പം വിരാമമെടുത്ത് ജീവിതത്തിൽ അല്പം ഇടമുണ്ടാക്കേണ്ട സമയം അതിക്രമിച്ചു എന്ന് ഞാൻ സ്വയം തിരിച്ചറിയാറുണ്ട്.

ഈ വിഷയത്തിൽ മൈജി കാലഘട്ടത്തിൽ നിന്നുള്ള നാനിൻ എന്ന് പേരായ സെൻഗുരുവിന്റെ ഒരു കഥയുണ്ട്. അദ്ദേഹത്തിന്റെയടുത്ത് പ്രസിദ്ധനായ ഒരു യൂണിവേഴ്സിറ്റി പ്രൊഫസർ

സെൻ അഭ്യസിക്കുവാനായി വന്നു. അവർ കണ്ടുമുട്ടിയപ്പോൾ ആ പ്രൊഫസർ തന്റെ അക്കാദമികമായ മികവുകളെക്കുറിച്ചും മറ്റ് നേട്ടങ്ങളെക്കുറിച്ചും രാജ്യഭരണം എങ്ങനെയായിരിക്കണം എന്നതിനെക്കുറിച്ചുമുള്ള തന്റെ അഭിപ്രായങ്ങളെല്ലാം വിശദീകരിച്ചുകൊണ്ടിരുന്നു.

ഇതിനിടയിൽ നാനിൻ തന്റെ അതിഥിയ്ക്ക് ഒരു കപ്പിൽ ചായ പകർന്നുകൊണ്ടിരുന്നു. കപ്പ് നിറഞ്ഞ് തുവി ചായ മേശയിലും മറ്റും പടർന്നൊഴുകുന്നത് കണ്ട് ആ പ്രൊഫസർ വിളിച്ചു പറഞ്ഞു :

“ആ കപ്പ് നിറഞ്ഞിരിക്കുകയാണ് – അതിൽ ഇനി ഒരു തുള്ളിപോലും കൊള്ളുകയില്ല.”

ഇത് കേട്ട് നാനിൻ ശാന്തനായി പ്രതിവചിച്ചു “ഈ കപ്പ് പോലെ നിങ്ങളും നിങ്ങളുടേതായ അഭിപ്രായങ്ങൾകൊണ്ട് നിറഞ്ഞിരിക്കുകയാണ്. നിങ്ങളുടെ കപ്പ് ശൂന്യമാക്കാതെ എനിക്ക് നിങ്ങളെ സെൻ പഠിപ്പിക്കാനാവില്ല.”

ഈ യൂണിവേഴ്സിറ്റി പ്രൊഫസറെപ്പോലെ നമുക്കാവശ്യമില്ലാത്തതെല്ലാം കുത്തിനിറച്ചിരിക്കുന്ന നമ്മുടെ കപ്പ് നാം ശൂന്യമാക്കി അതിൽ ഇടമുണ്ടാക്കേണ്ടതുണ്ട്. എന്നാൽ മാത്രമേ പുതിയ അറിവുകളും കർത്തവ്യങ്ങളും ഉത്തരവാദിത്വങ്ങളും അതിൽ ഉൾക്കൊള്ളിക്കാൻ സാധിക്കൂ. അത് നമ്മുടെ ചില ശീലങ്ങളെ മാറ്റാനുള്ള അച്ചടക്കം ആവശ്യപ്പെടുന്നുണ്ട്. അതിനാവശ്യം ശരിയായ ധാരണയും ചിന്താഗതിയുമാണ്.

നമ്മുടെ ജീവിതത്തിൽ ഇടമുണ്ടാക്കുന്ന കാര്യങ്ങൾ	**നമ്മുടെ ജീവിതത്തെ ശബ്ദമുഖരിതമാക്കുന്നതെന്തെല്ലാമാണ്**
നമ്മുടെ ഇ-മെയിലുകൾ എന്നിങ്ങനെയുള്ള കാര്യങ്ങൾ പരിശോധിക്കാൻ ഒരു നിശ്ചിത സമയം വയ്ക്കുക	ഇ-മെയിലുകളും, മെസ്സേജുകളും ഫെയിസ്ബുക്കുമെല്ലാം രാവിലെ ഉണർന്ന ഉടനെയും രാത്രി കിടക്കാൻ പോകുമ്പോഴുമെല്ലാം നോക്കുക.

നമ്മൾ തിരഞ്ഞെടുക്കുന്ന ആളുകളുമായി എത്ര സമയം ചെലവഴിക്കണമെന്ന് നാം കൃത്യമായി നിശ്ചയിക്കുക.	വിവേചനമില്ലാതെ എല്ലാവരെയും കണ്ടുമുട്ടുക, എല്ലാ സാമൂഹികമായ കൂട്ടായ്മകളിലേയ്ക്കുമുള്ള ക്ഷണം സ്വീകരിക്കുക.
എന്താണ് ഏറ്റവും അത്യാവശ്യമുള്ളത്, ഏറ്റവും പ്രധാനമായത് എന്ന്കണ്ടെത്തി അവ എപ്പോഴും ആദ്യം ചെയ്തു തീർക്കുക.	അത്യാവശ്യം ചെയ്തു തീർക്കേണ്ട കാര്യങ്ങൾക്കായി ജീവിതത്തിലെ മറ്റെല്ലാ സമയത്തെയും സമർപ്പിക്കുക.
മറ്റുള്ളവരെ തൃപ്തിപ്പെടുത്തുക എന്നതിനേക്കാളുപരി ആത്മസംതൃപ്തിക്കായി കർമ്മങ്ങൾ ചെയ്യുക.	മറ്റുള്ളവരെ സന്തോഷിപ്പിക്കാനും അവരിൽ മതിപ്പുണ്ടാക്കാനുമായി കൂടുതൽ കാര്യങ്ങൾ ചെയ്തുകൊണ്ടിരിക്കുക.
പ്രത്യേക ലക്ഷ്യങ്ങളൊന്നും മനസ്സിൽ കുറിക്കാതെ വെറുതെ നടക്കാൻ പോകുക.	എന്തെങ്കിലും ഒരു നിശ്ചിത കാര്യത്തിനായി മാത്രം ഒരിടത്തുനിന്നും മറ്റൊരിടത്തേയ്ക്ക് നടക്കുക.
ഒന്നും ചെയ്യാതെ കുറച്ചുനേരം ഇരിക്കാൻ ശ്രമിക്കുക.	ജീവിതത്തിലെ ഓരോ നിമിഷവും ചെയ്യാനുള്ള കാര്യങ്ങളെക്കൊണ്ട് നിറയ്ക്കുക. ഇങ്ങനെയല്ലാതുള്ള സമയം കിട്ടുമ്പോൾ ഫോണിൽ നോക്കിയിരിക്കുക.

ഇത് ജോലിയെക്കുറിച്ചോ മറ്റ് പ്രവർത്തനങ്ങളിൽ പങ്കെടുക്കുന്നതിനെക്കുറിച്ചോ മാത്രമല്ല.

ചിലപ്പോൾ നമ്മുടെ മനസ്സിൽ നിരന്തരമായ ആശങ്കകളും അലോസരപ്പെടുത്തുന്ന ചിന്തകളും നിറയും. നമ്മൾ നല്ല പിരിമുറുക്കത്തിലാണെങ്കിൽ ഇത് നമ്മുടെ മനസ്സിന്റെ ഭാരം വർദ്ധിപ്പിക്കുകയും നാം ഇപ്പോൾ ഒരു പ്രഷർ കുക്കർ പോലെ പൊട്ടിത്തെറിക്കുമെന്ന് നമുക്ക് തോന്നുകയും ചെയ്യും. ഇത്തരം സങ്കീർണ്ണമായ സമയങ്ങളിൽ തിങ്ങിവിങ്ങിയിരിക്കുന്നതായി നമുക്ക് അനുഭവപ്പെടുന്നതിനാൽ എല്ലാം പുറത്ത് കളയുവാനും ജീവിതത്തെ

വീണ്ടും പുനരാരംഭിക്കാനും നമുക്ക് തോന്നാറുണ്ട്. ചിലർ ഇതിൽ നിന്നുള്ള രക്ഷാമാർഗ്ഗങ്ങളായി മദ്യത്തിലേയ്ക്കും മയക്കമരുന്നിലേയ്ക്കും മറ്റ് ദുശ്ശീലങ്ങളിലേയ്ക്കും പോകുന്നു. പക്ഷേ ഈ മാർഗ്ഗങ്ങളൊന്നും നമ്മളിൽ ഒരു ഇടമുണ്ടാക്കാൻ പര്യാപ്തങ്ങളല്ല. അവ വെറും രക്ഷപ്പെടാനുള്ള അധമമായ മാർഗ്ഗങ്ങൾ മാത്രമാണ്, അതിലൂടെയെല്ലാം സഞ്ചരിച്ചാലും നിങ്ങൾ പഴയ സ്ഥലത്തേയ്ക്ക് അതേ ആശങ്കകളിലേയ്ക്ക് തന്നെ തിരികെ വരും.

നിങ്ങളുടെ ജീവിതത്തിൽ ഇടം സൃഷ്ടിക്കുന്നതിനായി ചില ആരോഗ്യകരമായ വഴികളുമുണ്ട്. അത് എന്താണെന്ന് നമുക്ക് ഇപ്പോൾ കാണാം.

പലായനം	സ്വരലയമുള്ള ഇടം സൃഷ്ടിക്കുന്നു
മദ്യത്തിന്റെ ഉപയോഗം	നമ്മൾ സ്നേഹിക്കുന്ന ആളുകളുമായി എവിടെയെങ്കിലും അത്താഴം കഴിയ്ക്കുന്നു
മയക്കമരുന്ന്	വ്യായാമം ചെയ്യുകയും ശരീരത്തെ സംരക്ഷിക്കുകയും ചെയ്യുന്നു
ചൂതാട്ടം വാതുവയ്പ്പ്	നമ്മൾ ഇഷ്ടപ്പെടുന്നവരുമൊത്ത് കളികളിൽ ഏർപ്പെടുന്നു
സിനിമകളും സീരീസുകളും നിരന്തരമായി കണ്ടുകൊണ്ടിരിക്കൽ	കുടുംബത്തോടൊപ്പം ആഴ്ചയിലൊരിക്കൽ സിനിമയ്ക്ക് പോകുന്നു. ആ സിനിമ കാണുന്ന ഓരോ നിമിഷവും ആസ്വാദ്യകരമാക്കുന്നു
അമിതമായി ജോലി ചെയ്യൽ *(പലരും അവരുടെ ജോലിയിൽ അഭയം തേടാറുണ്ട് കാരണം അവർക്ക് യാഥാർത്ഥ്യത്തെ നേരിടാൻ ഭയമാണ്)*	ആവശ്യത്തിന് മാത്രം ജോലിയിൽ ഏർപ്പെടുക, എപ്പോഴാണ് അത് നിറുത്തേണ്ടതെന്ന് നമുക്കറിയണം. ചെയ്യുന്ന കാര്യങ്ങൾ ആസ്വാദ്യതയോടെ ചെയ്യുക
നാം ദൈനംദിന ജീവിതത്തിൽ അനുഭവിക്കുന്ന സമ്മർദ്ദത്തെ നേരിടാൻ യാത്രകൾ പോകുക	പുതിയ കാര്യങ്ങൾ കണ്ടെത്താനും ആഘോഷത്തിനുമായി യാത്രചെയ്യുക

നമ്മൾ അപൂർണ്ണരാണെങ്കിൽ അതത്ര പ്രശ്നമുള്ള കാര്യമല്ല

ഞാൻ ഷിൻജുകുവിന്റെ പരിസരപ്രദേശങ്ങളിലായിരിക്കുമ്പോഴെല്ലാം കിനോകുനിയ എന്ന് പേരായ പുസ്തകശാലയിൽ പോകാറുണ്ട്. ആ പുസ്തക ശാലയിലെ സെൽഫ് ഹെൽപ്പ് പുസ്തകങ്ങളുടെ വിഭാഗം ഞാൻ എപ്പോഴും പരിശോധിക്കും. അതിലുള്ള പുസ്തകങ്ങളെല്ലാം തന്നെ നമ്മുടെ ജീവിതത്തെ മെച്ചപ്പെടുത്താനായി നാം ചെയ്യേണ്ടതായിട്ടുള്ള നിരവധി കാര്യങ്ങൾ പറഞ്ഞുതന്നുകൊണ്ടേയിരിക്കുന്നവയാണ്.

അതിൽ മിക്കതും – എല്ലാമല്ല കെട്ടോ – നമ്മുടെ ജോലിഭാരം കുറയ്ക്കാനും ജീവിതം കൂടുതൽ കാര്യക്ഷമമാക്കാനും നമ്മുടെ കഴിവുകൾ മെച്ചപ്പെടുത്താനും കൂടുതൽ വിജയിയാകാനുമുള്ള നിരവധി സൂത്രവാക്യങ്ങളും മറ്റും നല്കുന്നു.

ഈ തരത്തിലുള്ള പുസ്തകങ്ങൾ വായിക്കുമ്പോൾ സ്വാസ്ഥ്യം തോന്നുന്നതിന് പകരം ഞാൻ അപര്യാപ്തതയുള്ളവനാണെന്ന തോന്നലാണ് എനിക്കുണ്ടാകാറ്. ഇതെന്നെ കൂടുതൽ സമ്മർദ്ദത്തിലാക്കുന്നു. ഇവ വായിക്കുമ്പോൾ, ജീവിതത്തിൽ മികവു കൈവരിക്കാനായി ഓരോ കാര്യങ്ങൾ ഒന്നിനു പുറകെ ഒന്നായി ഞാൻ ചെയ്തുകൊണ്ടേയിരിക്കേണ്ടതുണ്ട് എന്ന് എനിക്ക് തോന്നാറുണ്ട്. ഈ പുസ്തകങ്ങൾ എന്നോട് ഇങ്ങനെ ആക്രോശിക്കുന്നതായി എനിക്ക് തോന്നും :

“നീ എല്ലാ ദിവസവും ധ്യാനിക്കണം!”

“നീ എല്ലാ ദിവസവും വ്യായാമം ചെയ്യണം!”

“നിങ്ങൾ ഇത് ചെയ്യണം അതു ചെയ്യണം!”

സ്വയം സഹായ പുസ്തകങ്ങൾ നമ്മുടെമേൽ അടിച്ചേൽപ്പിക്കുന്ന ഈ ഉപദ്രവത്തോട് അടിസ്ഥാനപരമായി എനിക്ക് എതിർപ്പാണുള്ളത്. ദിവസത്തിലെ ഓരോ നിമിഷവും നാം ഉത്പാദനക്ഷമതയോടെ ഇരിക്കുന്നില്ല എന്നുള്ളത് അത്ര വലിയ തെറ്റൊന്നുമല്ല. ചെയ്തുതീർക്കേണ്ട കാര്യങ്ങളുടെ ഒരു കുറിപ്പുണ്ടാക്കിവച്ച് അതിൽ നിന്നെല്ലാം ഒഴിഞ്ഞ് മാറി ഒരു ദിവസത്തിൽ 18 മണിക്കൂറും ഉണർന്നിരിക്കുന്നതും അത്ര വലിയ കാര്യമല്ല.

ഒന്നും തന്നെ ചെയ്യില്ലെങ്കിലും നമുക്ക് സ്വാസ്ഥ്യം അനുഭവിക്കാം. ഒരു ലക്ഷ്യവുമില്ലാതെ നടക്കാനിറങ്ങുമ്പോഴും വെറുതെ ജനാലയിലേയ്ക്ക് നോക്കിയിരുന്ന് ഒരു കപ്പ് ചായ കുടിയ്ക്കുമ്പോഴും ഈ സ്വാസ്ഥ്യമുണ്ടാകും.

നമുക്ക് കുറവുകളുണ്ടായിരിക്കുക എന്നത് അത്ര വലിയ കുറ്റമൊന്നുമല്ല.

നമുക്ക് സന്തോഷവും ശാന്തതയും കൈവരിയ്ക്കണമെങ്കിൽ എന്തെങ്കിലും ചെയ്യുന്നതിനേക്കാൾ നമ്മുടെ ഊർജ്ജം ചോർത്തിക്കളയുന്ന കാര്യങ്ങൾ മാറ്റിവയ്ക്കുന്നതാണ് നല്ലത്. നമ്മൾ ജീവിതത്തിൽ ഒരുപാട് കാര്യങ്ങളിൽ തിരക്കുപിടിച്ച നടക്കുന്നതിനാൽ നമുക്ക് ദോഷകരമായിത്തീരുന്ന കാര്യങ്ങൾ എന്തെല്ലാമാണെന്നുപോലും നമ്മൾക്കറിയില്ല എന്നതാണ് വസ്തുത. അതിനുള്ള ആദ്യപടി നമ്മുടെ ജീവിതത്തിലെ ഋണാത്മകമായ കാര്യങ്ങളും ധനാത്മകമായ കാര്യങ്ങളും എന്തെല്ലാമാണെന്ന് വേർതിരിച്ചറിയുക എന്നതാണ്.

ടോക്യോവിലായിരുന്നപ്പോഴുള്ള ഏറ്റവും സമ്മർദ്ദകരമായ സാഹചര്യങ്ങളിൽ എനിക്ക് സഹായകമായത് താഴെ കൊടുത്തതുപോലെയുള്ള രണ്ട് ചോദ്യങ്ങളടങ്ങിയ ഡയറിയാണ്. അതെഴുതുവാനായി ഒരു ദിവസം അഞ്ച് മിനിറ്റിൽ താഴെ സമയം മാത്രമായിരുന്നു ആവശ്യം.

രണ്ട് ചോദ്യങ്ങളുള്ള ഡയറി

ഇന്ന് എനിക്ക് ഊർജ്ജം നല്കിയതെന്താണ്?

1.
2.
3.

ഇന്ന് എന്റെ ഊർജ്ജം നഷ്ടപ്പെടുത്തിയതെന്താണ്?

1.
2.
3.

നിങ്ങൾ രണ്ട് ചോദ്യങ്ങളുള്ള ഡയറി ഒന്നോ രണ്ടോ ആഴ്ചത്തേയ്ക്ക് തുടർച്ചയായി എഴുതിയതിന് ശേഷം അതിന്റെ ഉത്തരങ്ങളെല്ലാം ഒന്നുകൂടി വായിച്ചു നോക്കുക. അതിൽ നിങ്ങളുടെ “ഊർജ്ജത്തെ ചോർത്തിയ കാര്യങ്ങളുടെ” കള്ളിയിൽ ആവർത്തിച്ചു വരുന്ന മൂന്ന് കാര്യങ്ങൾ ഏതെല്ലാമാണെന്ന് കണ്ടെത്തുക.

ഭാവിയിൽ ഇങ്ങനെയുള്ള കാര്യങ്ങൾ ചെയ്യാതിരിക്കാനുള്ള നടപടികൾ സ്വീകരിക്കുക. ചിലപ്പോൾ അതിനുള്ള പരിഹാരം എന്തെങ്കിലും ഒഴിവാക്കുമ്പോഴായിരിക്കും ലഭിക്കുക. മറ്റ് ചിലപ്പോൾ നിങ്ങളുടെ ദൈനംദിന വൃത്തികളുടെ ക്രമത്തിൽ മാറ്റം വരുത്തുമ്പോഴായിരിക്കും അത് പരിഹരിക്കപ്പെടുക.

എന്റെ ഏറ്റവും സമ്മർദ്ദപൂരിതമായ കാലഘട്ടത്തിൽ ഈ ഡയറി എഴുതുമ്പോഴുണ്ടായ അനുഭവം എന്തെന്നാൽ “എന്റെ ഊർജ്ജം ഏറ്റവും ചോർത്തുന്നതെന്ത്” എന്ന ഭാഗത്ത് ഒരേ ഉത്തരം തന്നെയാണ് എല്ലാ ദിവസവും ആവർത്തിച്ചുകൊണ്ടിരുന്നത്. അപ്പോൾ എന്നെ ഏറ്റവും മോശമായി ബാധിക്കുന്നതെന്താണെന്ന് വളരെ സ്പഷ്ടമായി മനസ്സിലാക്കാനും അത് ഒഴിവാക്കാനും എനിക്ക് സാധിച്ചു.

ആത്യന്തികമായി എന്റെ ഊർജ്ജം നഷ്ടപ്പെടുത്തുന്നത് ആ മെട്രോ നഗരത്തിലുള്ള എന്റെ ജീവിതമാണെന്ന് തിരിച്ചറിയാൻ അതെന്നെ സഹായിച്ചു.

അങ്ങനെ ഞാൻ അവിടെ നിന്ന് മാറിത്താമസിക്കാൻ തീരുമാനിച്ചു. എപ്പോഴെല്ലാം ഞാൻ വളരെ തിരക്കിലാണെന്ന് തോന്നുമ്പോഴോ എന്റെ ജീവിതത്തിന്റെ നിയന്ത്രണം എന്നിൽ നിന്ന് നഷ്ടപ്പെട്ടുമെന്ന് തോന്നുമ്പോഴോ ഞാൻ ഈ വളരെ ഫലപ്രദമാവും ലളിതവുമായ രണ്ട് ചോദ്യങ്ങളുള്ള ഡയറി ഉപയോഗിക്കാറുണ്ട്. എന്റെ കപ്പ് എവിടെയാണ് ശൂന്യമാക്കേണ്ടതെന്ന് കണ്ടെത്താൻ അത് നല്കുന്ന സഹായം വിലമതിക്കാനാവാത്തതാണ്.

നിങ്ങളുടെ ജീവിതത്തിൽ ഇടം സൃഷ്ടിക്കുന്നതിനുള്ള പത്ത് ലളിതമായ ആശയങ്ങൾ, ഇന്നുതന്നെ ആരംഭിക്കു :

സൂത്രവാക്യങ്ങൾ നല്കുക എന്ന ആശയത്തിന്റെ ആരാധകനല്ല ഞാൻ, എന്നാൽ നിങ്ങളുടെ ജീവിതത്തിലെ സമ്മർദ്ദവും ബഹളവും കുറയ്ക്കാൻ നിങ്ങൾക്ക് ഉപയോഗിക്കാവുന്ന ആശയങ്ങളാണ് ഈ പത്ത് നിർദ്ദേശങ്ങൾ :

1. നിങ്ങളുടെ അലമാര വൃത്തിയാക്കുക.
2. നിങ്ങളുടെ കലണ്ടറിൽ ഒരാഴ്ച വ്യക്തിപരമായ അവധി എന്ന് എഴുതി മാറ്റിവയ്ക്കുക.
3. നിങ്ങളുടെ ഇ-മെയിലിന്റെ ഡ്രാഫ്റ്റുകളെല്ലാം ശൂന്യമാക്കുക.
4. ഞായറാഴ്ച സായാഹ്നത്തിൽ രണ്ട് മണിക്കൂർ നിങ്ങളുടെ ചിന്തകളോടൊപ്പം തനിച്ച് നടക്കാൻ നീക്കിവയ്ക്കുക.(ആദ്യം നിങ്ങളുടെ ഫോൺ എയ്റോപ്ലെയിൻ മോഡിൽ ഇടുക)
5. ചെയ്തു തീർക്കാനുള്ള കാര്യങ്ങളുടെ പട്ടിക ശൂന്യമാകുന്നതു വരെ പുതുതായി ഒന്നും ചേർക്കാതിരിക്കുക.
6. നിങ്ങളുടെ ജീവിതത്തെ കൂടുതൽ സങ്കീർണ്ണമാക്കാത്ത വിധത്തിലായിരിക്കട്ടെ നിങ്ങളുടെ എല്ലാ പുതുവർഷ തീരുമാനങ്ങളും. ഉദാഹരണത്തിന് ഞാൻ ഒരു പുതിയ ഭക്ഷണക്രമം സ്വീകരിക്കുവാൻ പോകുകയാണ് എന്ന് എഴുതിവയ്ക്കുന്നതിന് പകരം ഞാൻ മിഠായി തിന്നുന്നത് നിറുത്താൻ പോകുന്നു എന്ന് കുറിയ്ക്കുക.
7. നിങ്ങൾ വർഷങ്ങളായി ഉപയോഗിക്കാതിരിക്കുന്ന ഇലക്ട്രോണിക് ഉപകരണങ്ങളും അടുക്കള ഉപകരണങ്ങളും ഉപേക്ഷിക്കുക.
8. നിങ്ങളുടെ വീടിന്റെ ഒരു മൂലയോ അല്ലെങ്കിൽ ഒരു മുറി തന്നെയോ ഇലക്ട്രോണിക് മുക്തമായ ഇടമായി പ്രഖ്യാപിക്കുക. നിങ്ങൾ അവിടേയ്ക്ക് പ്രവേശിക്കുകയും വിശ്രമിക്കുകയും ചെയ്യുമ്പോൾ ഇലക്ട്രോണിക് ഉപകരണങ്ങൾ

ആവശ്യമില്ലാത്ത കാര്യങ്ങൾ മാത്രമേ ചെയ്യാൻ പാടുള്ളൂ. ആ ഇടത്തിൽ നിങ്ങൾക്ക് വായിക്കാം, ധ്യാനിക്കാം, ചിത്രംവരയ്ക്കാം, നിങ്ങൾക്കിഷ്ടമുള്ളവരുമൊത്ത് സംസാരിക്കാം, ബോർഡ് ഗെയിമുകൾ കളിക്കാം.

9. നിങ്ങളുടെ കലണ്ടറിൽ ചിലയിടങ്ങൾ ഒഴിച്ചിടുക – അതിൽ വ്യക്തിപരമായ സമയം എന്ന് കുറിച്ച് വയ്ക്കുക. അതായത് ഓരോ ദിവസവും അല്ലെങ്കിൽ ആഴ്ചയിലും നിരവധി മണിക്കൂറുകൾ നിങ്ങൾക്ക് ഏറ്റവും ഇഷ്ടമുള്ള കാര്യങ്ങൾ ചെയ്യാനായി ഈ സമയം വിനിയോഗിക്കുക.

10. മൂന്ന് തവണ ദീർഘമായി ശ്വാസമെടുക്കുക. കണ്ണുകളടച്ച് കഴിഞ്ഞ ആഴ്ചയിലെ മൂന്ന് ഏറ്റവും നല്ല നിമിഷങ്ങൾ ഓർത്തെടുക്കുക. ഒന്ന് പുഞ്ചിരിച്ച് അതിന് നന്ദി പറയുക.

ഇടമുണ്ടാക്കാനുള്ള ഉപകരണം – വാബി സാബി മേഘം

നിങ്ങൾ ചെയ്തു തീർക്കേണ്ടതായ കർത്തവ്യങ്ങളുടെ ഭാരം നിങ്ങളെ കുഴക്കുന്നുവെങ്കിൽ സമ്മർദ്ദം നിങ്ങളുടെ ദൈനംദിന ജീവിതത്തിലെ സന്തത സഹചാരിയാണെങ്കിൽ ഒരിടവേള എടുക്കാൻ സ്വയം അനുവദിയ്ക്കുക. ഒരു കപ്പ് ചായ തയ്യാറാക്കി ഒരു ശൂന്യമായ കടലാസോ നിങ്ങളുടെ ഡയറിയോ കയ്യിലെടുത്ത് എഴുതുവാൻ തയ്യാറായി ഇരിയ്ക്കുക.

താഴെക്കൊടുത്തിരിക്കുന്ന വാബി സാബി മേഘം അതിനുള്ള പ്രചോദനമായി ഉപയോഗിക്കാം, ഇതിലെ ഏതെങ്കിലും വാക്കുപയോഗിച്ച് ആദ്യത്തെ വാക്യം ആരംഭിക്കാവുന്നതാണ്. പിന്നെ നിങ്ങളുടെ ഭാവന സ്വതന്ത്രമായി പറക്കട്ടെ, അതിൽ നിങ്ങളുടെ വിഷമങ്ങളും പ്രതീക്ഷകളും ഭാവിയിലേയ്ക്കുള്ള പദ്ധതികളുമെല്ലാം കുറിച്ചിടുക.

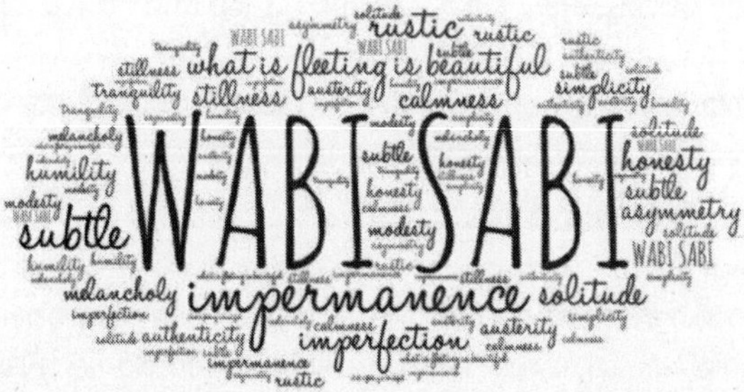
WABI SABI
what is fleeting is beautiful
impermanence
imperfection
rustic
stillness
tranquility
calmness
simplicity
austerity
solitude
honesty
subtle
asymmetry
humility
modesty
melancholy
authenticity

ധ്യാന വെളിവുകൾ

ഏതെങ്കിലും ക്ഷേത്രത്തിലൂടെ അലഞ്ഞുതിരിയാൻ,
പൂന്തോട്ടത്തിലെ ഒരു ബഞ്ചിൽ ഇരിക്കാൻ,
കടൽത്തീരത്ത് നടക്കാൻ, ചക്രവാളത്തെക്കുറിച്ച്
ചിന്തിച്ച് ഒരു പാറയിൽ ചാരിനിൽക്കാൻ,
നിലത്ത് കിടക്കാൻ, നക്ഷത്രനിബിഡമായ ആകാശം
നിങ്ങളുടെ കണ്ണിൽ നിറയ്ക്കുവാൻ.
നിങ്ങൾക്കിഷ്ടമുള്ളവരുടെ തലോടലുകൾ പങ്കിട്ട
ചിരികൾ ഒരു ഞൊടിയിൽ വന്ന ആശയം
ഒരു ചെലവുമില്ലാത്ത ലളിതവും
ശുദ്ധവുമായ നിമിഷങ്ങൾ.

ലാളിത്യത്തിന്റെ ചിന്താപദ്ധതി

"ലാളിത്യമാണ് പരമമായ പരിഷ്കരണം."

—ലിയോനാർഡോ ഡാ വിൻസി

ടോക്യോവിൽ ഞാൻ ജീവിച്ചിരുന്ന സമയത്ത് ജീവിതത്തിന്റെ പ്രലോഭനങ്ങളിൽ സ്വയം പെട്ടുപോകാൻ ഞാൻ എന്നെ ത്തന്നെ അനുവദിച്ചിരുന്നു. എന്റെ ഓഫീസിൽ നിന്ന് പത്ത് മിനിറ്റ് സബ് വേയിൽ സഞ്ചരിച്ചാൽ എത്താൻ സാധിക്കുന്ന അയോമ യിൽ വലിയ വാടകയുള്ള വീട്ടിലായിരുന്നു ഞാൻ താമസിച്ചി രുന്നത്.

ഓരോ വർഷവും ഞാൻ കൂടുതൽ സമ്പാദിച്ചുകൊണ്ടിരുന്നു. അതിനാൽ ഞാൻ ആഗ്രഹിച്ചതെല്ലാം വാങ്ങിക്കൊണ്ടേയിരുന്നു. സ്റ്റീൻവെ ഗ്രാന്റ് പിയാനോ വാങ്ങാനായി ഞാൻ നിരവധി വർഷങ്ങൾ പണം സ്വരൂപിച്ചുകൊണ്ടിരുന്നു (അത് ലഭിച്ചാൽ നന്നായി പിയാനോ വായിക്കാമെന്ന് ഞാൻ കരുതി), അടുക്കള യിലേയ്ക്ക് നിരവധി വസ്തുക്കൾ വാങ്ങിക്കൂട്ടി (വീട്ടിൽ തന്നെ കൂടുതൽ പാചകം ചെയ്ത് കഴിക്കാമെന്ന് ഞാൻ കരുതി), റാകു പാത്രങ്ങളുടെ ഒരു ശേഖരം തന്നെയുണ്ടായി. (എന്റെ കലാ കാരന്മാരായ സുഹൃത്തുകൾ എന്നെ സന്ദർശിക്കാനായി വീട്ടിൽ വരുമ്പോൾ അവരിൽ മതിപ്പുളവാക്കാൻ ഇത് സഹായിക്കുമെന്ന് ഞാൻ കരുതി.) കഴിഞ്ഞ തലമുറയിൽ പെട്ട ഒരു വലിയ ടിവിയും തുകലിന്റെ ഒരു സോഫയും വാങ്ങി (സുഹൃത്തുക്കൾ

പറഞ്ഞത് അങ്ങനെ ചെയ്യുന്നത് കൂടുതൽ സ്ത്രീകളെ ആകർഷിക്കു മെന്നാണ്) പിന്നെ വലിയ സ്ക്രീനുള്ള ഏറ്റവും പുതിയ കമ്പ്യൂട്ടർ വാങ്ങി (എനിക്ക് കൂടുതൽ നന്നായി എഴുതുവാൻ വേണ്ടി). നിരവധി വസ്ത്രങ്ങൾ വാങ്ങിക്കൂട്ടി, ഒടുവിൽ അത് വെയ്ക്കാൻ അലമാരിയിൽ സ്ഥലം തികയാതെ വന്നു.

ഞാൻ വലിയ അബദ്ധമാണ് ചെയ്തുകൊണ്ടിരുന്നത്. ഇതെല്ലാം എന്നെ ശരിക്കും ആശയക്കുഴപ്പത്തിലാക്കി. ആവശ്യ മില്ലാത്ത വസ്തുക്കൾ ശേഖരിച്ചുവയ്ക്കുന്നത് ശരിക്കും ഭ്രാന്താണെന്ന് പതിയെ എനിക്ക് മനസ്സിലായി. എന്നെ സന്തോഷിപ്പിക്കുന്ന തിന് പകരം ഞാൻ വാങ്ങിക്കൂട്ടിയ വസ്തുക്കൾ എന്റെ ആത്മാ വിന് ഭാരമായിത്തീർന്നു.

എല്ലാംതന്നെ എന്റെ സങ്കല്പത്തിന് വിപരീതമായി ഭവിച്ചു. സ്റ്റീൻവെയുടെ പിയാനോ എന്നെ ഭയപ്പെടുത്തുകയും അത് വാങ്ങിയതിന് ശേഷം ഞാൻ പിയാനോ വായിക്കുന്നത് വളരെ വിരളമായിത്തീരുകയും ചെയ്തു. അടുക്കള ഒരിക്കലും എനിക്ക് ഉപയോഗിക്കേണ്ടതായി വന്നില്ല, കാരണം ഞാൻ എപ്പോഴും വെളിയിൽ നിന്നായിരുന്നു കഴിച്ചുകൊണ്ടിരുന്നത് – ടോക്കിയോ ഭക്ഷണപ്രേമികൾക്ക് ഒരു പറുദീസയായി രുന്നു. എനിക്ക് ആകെ ചെയ്യേണ്ടതായി വന്നത് ഞാൻ വാങ്ങി ക്കൂട്ടിയ സാധനങ്ങളിലെ പൊടിതട്ടുക മാത്രമാണ്. ആ ഭീമാ കാരനായ ടിവി ഒരു ചുഴിയെന്ന പോലെ എന്റെ ഒഴിവുസമയ ങ്ങളെ വലിച്ചെടുത്തുകൊണ്ടിരുന്നു. ആ കമ്പ്യൂട്ടർ എന്റെ എഴു ത്തിനെ മെച്ചപ്പെടുത്തുകയുണ്ടായില്ല. അലമാരിയിലെ നിരവധി വസ്ത്രങ്ങളിൽ ഏത് തിരഞ്ഞെടുക്കണമെന്ന ആശയക്കുഴപ്പം പലപ്പോഴും എന്നെ പെടുത്തി.

ഞാൻ വാങ്ങിയതെല്ലാം തന്നെ എന്റെ രണ്ട് വിശ്വാസങ്ങളെ അടിസ്ഥാനമാക്കിയുള്ള തെറ്റായ തിരഞ്ഞെടുപ്പ് മൂലമായിരുന്നു :

1. എന്റെ കൈവശം പുതിയ വസ്തുക്കൾ വളരെയധികമുണ്ടെങ്കിൽ കാര്യങ്ങളെല്ലാം ശരിയാകും.

2. ഇതെനിക്കുണ്ടെങ്കിൽ മറ്റുള്ളവർ എന്നെ കൂടുതൽ വില മതിക്കും.

ഈ രണ്ട് വിശ്വാസങ്ങളിൽ ഒന്നിന്റെയെങ്കിലും പുറത്ത് ഈയിടെ നിങ്ങൾ വാങ്ങിയ വസ്തുക്കൾ എന്തെല്ലാമാണ്.

ഈ രണ്ട് മാനസികമായ കപട ധാരണകളാണ് എന്റെ എല്ലാ തീരുമാനങ്ങളെയും നിയന്ത്രിക്കുന്നതെന്ന് ഞാൻ തിരിച്ചറിഞ്ഞപ്പോൾ എന്റെ കൈവശമുള്ള എല്ലാ വസ്തുക്കളും ഉപേക്ഷിക്കാൻ ഞാൻ തീരുമാനിച്ചു. അത് ഒടുവിൽ ടോക്കിയോ ജീവിതം ഉപേക്ഷിക്കുന്നതിലേയ്ക്കും അവിടെ നിന്ന് മാറുന്നതിലേയ്ക്കും നയിച്ചു.

ലാളിത്യത്തിന്റെ സമയം

കലയോടും വാബി സാബിയോടുമുള്ള എന്റെ ഇഷ്ടമാണ് എപ്പോഴും എന്നെ ശരിയായ പന്ഥാവിൽ നയിക്കുന്നതെന്ന് ഞാൻ തിരിച്ചറിഞ്ഞു. നഗരജീവിതത്തിന്റെ പിരിമുറുക്കത്തിൽ പെട്ട് ഞാൻ അതിനെ അവഗണിച്ചു എന്നതായിരുന്നു സത്യം. ഡെയ്‌ത്സു ഡി. സുസുക്കി എന്ന സെൻ ഗുരു *വാബി* എന്ന വാക്കിനെ നിർവ്വചിച്ചത് ഇങ്ങനെയായിരുന്നു :

ഒരു ചെറിയ കുടിൽ, അതിൽ രണ്ടോ മൂന്നോ ടട്ടാമികൾ (ചെറിയ തലയിണ), അടുത്തുള്ള പാടത്ത് നിന്ന് പറിച്ചെടുത്ത ഒരു പ്ലേറ്റ് പച്ചക്കറി, ചിലപ്പോൾ മഴത്തുള്ളികൾ അടുത്തുള്ള മച്ചിൽ വീഴുമ്പോഴുണ്ടാകുന്ന ശബ്ദം എന്നിവയിൽ സംതൃപ്തനാകുക എന്നതാണ് വാബി.

വാബി സാബി എന്നാൽ ലാളിത്യവും വിഭവങ്ങളുടെ ഏറ്റവും കുറച്ചുള്ള ഉപഭോഗവുമാണ്.

വാബി സാബിയോടൊത്ത് സ്വരലയപ്പെട്ട് ജീവിക്കണമെങ്കിൽ നമുക്ക് അത്യാവശ്യമായത് മാത്രമേ നാം കൈവശം വയ്ക്കാൻ പാടുള്ളൂ. ഒരു കാര്യം നമുക്ക് ആവശ്യമുള്ളതാണോ

അല്ലയോ എന്ന് അറിയണമെങ്കിൽ നമ്മൾ നമ്മളോട് തന്നെ ഈ രണ്ട് ചോദ്യങ്ങൾ ചോദിക്കേണ്ടതുണ്ട് :

1. ഇത് എനിക്ക് ശരിക്കും ആവശ്യമുള്ളതും ഞാൻ പൂർണ്ണ ഹൃദയത്തോടെ ആഗ്രഹിക്കുന്നതുമായ ഒന്നാണോ?
2. ചിലപ്പോൾ എന്റെ അഹന്തയാണോ അത് ആഗ്രഹിക്കുന്നത്? അങ്ങനെ ചെയ്യുമ്പോൾ നല്ലതാണെന്നോ മറ്റുള്ളവരെ സന്തോഷിപ്പിക്കുമെന്നോ തോന്നുന്നതു കൊണ്ടായിരിക്കുമോ അങ്ങനെ ചെയ്യുന്നത്?

ആവശ്യമില്ലാത്തതെല്ലാം ഒറ്റയടിക്ക് ഉപേക്ഷിക്കേണ്ടതില്ല. നിങ്ങൾക്ക് സ്വാസ്ഥ്യം ലഭിക്കുന്ന ക്രമത്തിൽ സൗകര്യപൂർവ്വം മെല്ലെ മെല്ല ആരംഭിക്കുക. വെറുതെ ഈ രണ്ട് ചോദ്യങ്ങൾ എന്നും ചോദിക്കുക. അപ്പോൾ നിങ്ങളുടെ ജീവിതത്തിൽ മാറ്റങ്ങളുണ്ടാകുന്നത് നിങ്ങൾക്ക് കാണാം. ഇനി മൂന്നാമത്തെ ഒരു ചോദ്യം ഞാൻ എന്നോടു തന്നെ ചോദിക്കുന്നതാണ്. മനോഹരമായ ഒരു വസ്തു അത് നിത്യവും കാണുന്നത് എന്റെ ജീവിതാനുഭവത്തിൽ എന്തെങ്കിലും തൃപ്തിയെ നല്കുമോ?

ആർക്കിടെക്റ്റും ഡിസൈനറുമായ വില്ല്യം മോറിസ് പറയുന്നത് "*നിങ്ങൾക്കുപയോഗമില്ലാത്തതും എന്നാൽ വളരെ മനോഹരമാണെന്ന് നിങ്ങൾക്ക് തോന്നുന്നതുമായ ഒരു വസ്തുവും വീട്ടിലുണ്ടായിരിക്കരുത്*" എന്നാണ്.

ഉള്ളിലുള്ളതുപോലെ തന്നെ പുറത്തും

സാധനങ്ങൾ ഉപേക്ഷിക്കുവാൻ നമ്മൾ മടിക്കുന്നതിന് രണ്ട് കാരണങ്ങളുണ്ട് :

1. അത് ഭാവിയിൽ ഉപയോഗപ്രദമാകുമെന്നും അപ്പോൾ ഉപയോഗിക്കാമെന്നും അങ്ങനെ പണം ലാഭിക്കാമെന്നും നിങ്ങൾ നിങ്ങളോട് തന്നെ പറയുന്നു.

2. അതിനോട് നിങ്ങൾക്ക് ഒരു വൈകാരിക അടുപ്പമുണ്ട്. അത് നല്കിയ സന്തോഷത്തിന്റെ നിമിഷവുമായി മനസ്സ് നിങ്ങളെ ബന്ധിപ്പിക്കുന്നു.

നമ്മൾ സാധനങ്ങൾ ഉപേക്ഷിക്കാതെ സൂക്ഷിക്കാനുള്ള ഒരു പൊതുവായ കാരണമാണ് രണ്ടാമത്തേത്. ആ ശീലത്തിന് സാധാരണയായി ഒരുവൈകാരിക ഘടകമുണ്ട്.

കൂട്ടിവച്ച് വസ്തുക്കൾ നമ്മുടെ വൈകാരികതയുമായി അപകടകരമാം വിധം കൂടികലരുമ്പോൾ അത് നമ്മുടെ മാനസികാവസ്ഥയുടെ പ്രതിഫലനമായി മാറും. വസ്തുക്കൾകൊണ്ട് തിങ്ങിവിങ്ങിയ ഒരു അരാജകമായ മുറി അതിൽ ജീവിയ്ക്കുന്ന വ്യക്തിയുടെ വൈകാരികതയുടെ പ്രകടനമാണ്.

ആയിരക്കണക്കിന് വർഷങ്ങൾക്ക് മുമ്പ് ഹെർമെസ് ട്രിസ് മെജിസ്റ്റസ് എന്ന സന്ന്യാസി പറഞ്ഞത് *"ഉള്ളിലുള്ളതുപോലെ തന്നെ പുറത്തും"* എന്നാണ്. പക്ഷേ അതിലുള്ള നല്ലകാര്യമെന്തെന്നാൽ നമുക്ക് ചുറ്റുമുള്ള കുഴമറിച്ചിൽ ആന്തരിക പ്രക്ഷുബ്ധതയുടെ ആവിഷ്ക്കാരമാണെങ്കിൽ, അതിനെ പരിഹരിക്കാൻ സാധിച്ചാൽ അത് നമ്മുടെ ആന്തരികമായ ആരാജകത്വത്തെ ചികിത്സിക്കുന്നതിന് തുല്യമാകും.

നിങ്ങളുടെ മുറിയെ ഒന്നു ചിട്ടയാക്കി വച്ചുനോക്കുക, നിങ്ങൾക്ക് ഉടൻ തന്നെ സ്വാസ്ഥ്യം അനുഭവപ്പെടുകയും ഉന്മേഷകരമായ കാര്യങ്ങൾ ചെയ്യാൻ ആകാംക്ഷയുള്ളവരായിത്തീരുകയും ചെയ്യും. നിങ്ങൾക്ക് ഈ ലളിതമായ കാര്യങ്ങൾ ചെയ്തുകൊണ്ട് ആരംഭിക്കാവുന്നതാണ് :

- ഒരു വർഷത്തിലേറെയായി ഉപയോഗിക്കാത്ത പത്ത് വസ്തുക്കൾ ഉപേക്ഷിക്കുക.
- നിങ്ങളുടെ വീടിന്റെ ഒരു മൂല തിരഞ്ഞെടുത്ത് അതിനെ വീടിന്റെ ഏറ്റവും മനോഹരമായ ഭാഗമാക്കുക.
- നിങ്ങളുടെ കൈവശമുള്ള വസ്തുക്കൾക്ക് മൂല്യവും നന്ദിയും

പ്രകടിപ്പിക്കുക. ആവശ്യമില്ലാതെ മറ്റൊന്നും കൈവശ പ്പെടുത്താതിരിക്കുക.

ഏറ്റവും അവസാനത്തെ വിഷയത്തിൽ ലാവോത്സു പറഞ്ഞത് :

“നിങ്ങൾക്കുള്ളതിൽ സംതൃപ്തനായിരിക്കുക. കാര്യങ്ങൾ അതായിത്തന്നെയിരിക്കുന്നതിൽ സന്തോഷിക്കുക. ഒന്നിനും ഒരു കുറവുമില്ല എന്ന് തിരിച്ചറിഞ്ഞു കഴിഞ്ഞാൽ ലോകം മുഴുവനും നിങ്ങളുടേതായിത്തീരും.”

ഒരു ലളിതമായ ജീവിതം നിങ്ങളെ ആ അവസ്ഥയിലേയ്ക്ക് നയിക്കുന്നു. എല്ലാം ചിട്ടയായി കൊണ്ടുപോകുന്നതിനപ്പുറത്തേയ്ക്ക് പോകണമെങ്കിൽ അതായത് വാബി സാബി വഴി ജീവിതത്തെ കൂടുതൽ ലഘുവായ വൈകാരികാവസ്ഥയിലേയ്ക്ക് നയിക്കണ മെങ്കിൽ നിങ്ങൾ നിങ്ങളുടെ ജീവിതത്തിൽ *ദാൻശാരി* അഭ്യസി ക്കാൻ തുടങ്ങണം.

ദാൻശാരി: അത്യാവശ്യമല്ലാത്തതിനെ ഉപേക്ഷിക്കാനുള്ള കല

ജാപ്പനീസ് വാക്കുകളിൽ പരിഭാഷപ്പെടുത്താൻ ഏറ്റവും അസാധ്യമായ വാക്കുകളിൽ ഒന്നാണിത്. മൂന്നായി തിരിച്ചാൽ അതിന്റെ അർത്ഥം – *ദാൻ* - “നിരസിക്കുക”, *ശാ* - “വലിച്ചെറിയുക”, *രി* - “പിരിയ്ക്കുക” എന്നാണ്.

നമുക്ക് ആവശ്യമില്ലാത്ത വസ്തുക്കളെ നമ്മളുടെ പക്കൽ നിന്ന് ഉപേക്ഷിക്കുന്നതിനെ പ്രോത്സാഹിപ്പിക്കുന്ന തത്ത്വ ശാസ്ത്രമാണ് *ദാൻശാരി.* പലപ്പോഴും നമ്മൾ കൂട്ടിവയ്ക്കുന്ന വസ്തു ക്കൾ നമുക്ക് സന്തോഷം നല്കുന്നതിന് പകരം വലിയ ഭാരമായി മാറാറുണ്ട്. കാരണം കൂടുതൽ കൈവശം വയ്ക്കുന്നതിനനുസരിച്ച് നാം കൂടുതൽ കാര്യങ്ങൾ സൂക്ഷിക്കേണ്ടിവരികയും അവയെ യെല്ലാം പരിപാലിക്കേണ്ടി വരികയും ചെയ്യുന്നു.

ദാൻശാരി നമ്മുടെ ദൈനംദിന ജീവിതത്തിൽ സ്വീകരിക്കു ന്നത് ആ വാക്കിന്റെ ഭാഗമായുള്ള മൂന്ന് ഭാഗങ്ങൾ നമുക്കായി നല്കിയ പ്രതീകങ്ങളെ പിന്തുടരേണ്ടിയിരിക്കുന്നു.

1. **ദാൻ** നിരസിക്കുക : ഇതാണ് ദാൻശാരിയുടെ ആദ്യത്തെ ചുവട്. നിങ്ങളുടെ ജീവിതത്തിൽ നിന്ന് എന്താണ് നിരസിക്കേണ്ടതെന്ന് തിരഞ്ഞെടുക്കാൻ നിങ്ങളെ തയ്യാറെടുപ്പിക്കുന്നു.
2. **ശാ** വലിച്ചെറിയുക : രണ്ടാമത്തെ ചുവട് വലിച്ചെറിയലാണ് അഥവാ ഉപേക്ഷിക്കലാണ് അല്ലെങ്കിൽ ദാനം ചെയ്യൽ. അതായത്, നിങ്ങൾ ആദ്യത്തെ ചുവടിൽ നിരസിച്ചതിനെ രണ്ടാമതായി ഉപേക്ഷിക്കുന്നു.
3. **രി** വേർപെടുത്തുക : ഇതാണ് മൂന്നാമത്തെ ചുവട്. ഇത് നിങ്ങൾ നിങ്ങളുടെ ജീവിതത്തിൽ നിന്ന് വേർപെടുത്തുന്ന വസ്തുക്കളുമായുള്ള വൈകാരികമായ ബന്ധത്തെ ഉപേക്ഷിക്കലാണ്.

നിങ്ങളുടെ ജീവിതത്തിൽ നിന്ന് എന്തെങ്കിലും ഒഴിവാക്കാനുള്ള ഒരു പ്രത്യേക മാർഗ്ഗമോ സാങ്കേതികതയോ *ദാൻശാരി* അടിച്ചേൽപ്പിക്കുന്നില്ല. മറിച്ച് നിങ്ങൾക്കാവശ്യമില്ലാത്തതിൽ നിന്ന് നിങ്ങളെ നിങ്ങൾക്ക് സൗകര്യപ്രദമായ സമയത്തിനുള്ളിലും നിങ്ങൾക്ക് സ്വാസ്ഥ്യം നല്കുന്ന രീതിയിലും മോചിപ്പിക്കാൻ നിങ്ങളെ അനുവദിക്കുന്നു.

മേരി കോൺഡോ പറയുന്നത് *ദാൻശാരി* വളരെ പെട്ടെന്ന് പ്രയോഗിക്കണമെന്നാണ്. അതായത് നിങ്ങൾക്കാവശ്യമില്ലാത്തതെല്ലാം തന്നെ ഒന്നോ രണ്ടോ ദിവസം കൊണ്ട് മുഴുവനായും ഉപേക്ഷിക്കണമെന്നാണ്. എന്നാൽ എനിക്കിഷ്ടം പടിപടിയായി ചെയ്യുന്നതാണ്. ഒരു ദിവസം ഞാൻ അലമാരി അടുക്കുന്നു, അടുത്ത ദിവസം മുറി, അങ്ങനെ അങ്ങനെ.

നിങ്ങൾ മേരി കോൺഡോ രീതി പിൻതുടർന്നാലും അല്ലെങ്കിൽ സാവധാനത്തിൽ മുന്നോട്ട് പോയാലും അതിൽ പ്രധാന കാര്യം *ദാൻശാരി*യെ വളരെ അനുയോജ്യമായി നടപ്പിലാക്കുക എന്നതാണ്.

ആദ്യത്തെ പടി *ദാൻ* അഥവാ നിരാസമാണ് അതാണ്

പ്രയോഗിക്കാൻ ഏറ്റവും ബുദ്ധിമുട്ടുള്ള ചുവട്. അതിൽ ഏത് തിരഞ്ഞെടുക്കണമെന്നതിൽ വലിയ ആശങ്ക അനുഭവപ്പെട്ടു എന്ന കാര്യം ഞാൻ സമ്മതിക്കുന്നു. അതിൽ ഏറ്റവും ഉപയോഗപ്രദമാണെന്ന് എനിക്ക് തോന്നിയ ഒരു രീതി എനിക്ക് ആവശ്യമുള്ളതാണോ അല്ലയോ എന്ന് എനിക്ക് സംശയമുള്ള വസ്തുക്കളെ സംശയം എന്ന് എഴുതിയ ഒരു ബോക്സിൽ ഇടുക എന്നതാണ്. അത് പിന്നീട് ഞാൻ ആറുമാസം കഴിഞ്ഞിട്ടും തുറക്കുന്നില്ലെങ്കിൽ എനിക്ക് അതിനെ അടുത്ത രണ്ട് ഘട്ടങ്ങളിലേയ്ക്ക് കൊണ്ടുപോകാം.

വർഷങ്ങളോളം *ദാൻശാരി* അഭ്യസിച്ച് കഴിഞ്ഞപ്പോൾ എനിക്ക് വലിയ ആശ്വാസവും ധൈര്യവും അനുഭവപ്പെട്ടു. ആ വസ്തു എന്നെ നിയന്ത്രിക്കുകയും അത് എന്നെ കൈവശപ്പെടുത്തുകയും ചെയ്യുന്നതിന് പകരം ഞാൻ വിചാരിക്കുന്ന ഏത് വസ്തുവും ഒഴിവാക്കാൻ ശക്തിയുള്ളവനായി ഞാൻ മാറി.

ഞാൻ സന്തുഷ്ടനാണ്, ഒരു വൈരുദ്ധ്യമാണെന്ന് തോന്നുമെങ്കിലും ഞാൻ ഇപ്പോൾ സമ്പന്നനാണ്.

വാബി സാബിയ്ക്കനുസൃതമായി ജീവിയ്ക്കുക എന്നതിനർത്ഥം എല്ലാം ഉപേക്ഷിക്കണമെന്നല്ല. നിങ്ങൾക്ക് സന്തോഷവും സ്വാസ്ഥ്യവും നല്കുന്നതെന്തും കൈവശം വച്ചുകൊള്ളുക. നിങ്ങൾക്ക് ആവശ്യമില്ലാത്തത് മാത്രം ഉപേക്ഷിക്കുക. ഏറ്റവും പ്രധാനമായത്, ശ്രദ്ധയെ വ്യതിചലിപ്പിക്കുന്ന അനാവശ്യമായ വസ്തുക്കൾ ഒഴിവാക്കുക എന്നതാണ്. അപ്പോൾ മാത്രമേ ജീവിതത്തിന്റെ ഭൂപ്രകൃതിയിലെ സൗന്ദര്യം ദൃശ്യമാകുകയുള്ളൂ.

അമേരിക്കൻ തത്ത്വചിന്തകനായ ഹെൻറി ഡേവിഡ് തോറോ പറഞ്ഞത് "*ഒരു മനുഷ്യൻ അയാൾക്ക് ഉപേക്ഷിക്കാനാവുന്ന വസ്തുക്കളുടെ എണ്ണത്തിന് ആനുപാതികമായി സമ്പന്നനാണ്*" എന്നാണ്.

വിഭവങ്ങളുടെ കുറച്ചുള്ള ഉപഭോഗവും ലാളിത്യവും

വാബി സാബിയ്ക്കനുസൃതമായി വളരെ ലളിതമായ ജൈവിക

ജീവിതം നയിക്കണമെങ്കിൽ നിങ്ങളുടെ ചുറ്റുമുള്ള ലോകമുണ്ടാക്കുന്ന ബഹളങ്ങളെ ഒഴിവാക്കുന്ന രീതിയിൽ നിങ്ങൾ നിങ്ങളുടെ ചിന്താഗതി മാറ്റേണ്ടതുണ്ട്.

ആധുനിക സമൂഹം നിങ്ങളുടെ മേൽ കൂടുതൽ കൂടുതൽ സമ്മർദ്ദം ചെലുത്തുന്നുണ്ട്. അവർ നിങ്ങൾക്ക് പുതിയ വസ്തുക്കൾ നല്കുന്നു, നിങ്ങളോട് പുതിയ കാര്യങ്ങൾ പഠിക്കാൻ പറയുന്നു, പുതിയ ടെലിവിഷൻ സീരിയലുകൾ, വീഡിയോ ഗെയിമുകൾ, സിനിമകൾ എന്നിവ നല്കിക്കൊണ്ടേയിരിക്കുന്നു. ഇവയെല്ലാം തന്നെ നിങ്ങളുടെ കീശയിൽ കിടക്കുന്ന ഫോൺവഴി നിങ്ങളുടെ കൈയ്യകലത്തിൽ തന്നെയാണുള്ളത്.

എന്നിരുന്നാലും, നമ്മുടെ ജീവിതരീതികൾ കാരണം നമ്മൾ ഇതുകൊണ്ടൊന്നും സംതൃപ്തരാകുന്നില്ല. അത് നമ്മളെ കൂടുതൽ വസ്തുക്കൾ വാങ്ങിക്കൂട്ടുവാനും കൂടുതൽ വിജയം കൊയ്യാനും നിർബന്ധിച്ചുകൊണ്ടേയിരിക്കുന്നു. നമ്മൾക്കിപ്പോൾ തന്നെ നല്ല വിദ്യാഭ്യാസവും മികച്ച ജോലിയുമുണ്ടെങ്കിലും നമ്മൾ എം.ബി.എ എടുക്കണമെന്നും കൂടുതൽ നല്ല ജോലി നേടണമെന്നുമാണ് പ്രതീക്ഷിക്കുന്നത്.

വാബി സാബി ഇതിനെല്ലാം വിപരീതമാണ്. അത് നമ്മൾ ഇപ്പോൾ എന്താണെന്നും നമ്മുടെ പക്കൽ ഇപ്പോൾ എന്താണുള്ളതെന്നും അംഗീകരിക്കുകയും നമ്മളെ നമ്മളായി തന്നെ സ്നേഹിക്കുകയും ചെയ്യുന്നു.

നമ്മുടെ ജീവിതത്തിൽ കൂടുതൽ കൂടുതൽ കാര്യങ്ങൾ കൂട്ടിച്ചേർക്കുന്നതിന് പകരം അവിടെ കൂടുതൽ ഇടം സൃഷ്ടിക്കുവാനാണ് വാബി സാബി നമ്മെ പ്രോത്സാഹിപ്പിക്കുന്നത്. ഉപഭോഗ സമൂഹം കൃത്രിമമായി ഉണ്ടാക്കുന്ന ലക്ഷ്യങ്ങൾക്ക് പിന്നാലെ പാഞ്ഞ് നമ്മെ സദാ സമ്മർദ്ദത്തിലാക്കുന്ന ബഹളങ്ങൾക്ക് പകരം ഈ പുതിയ ഇടം അത്യാവശ്യമുള്ളതും സുന്ദരവുമായവയുടെ ഇരിപ്പിടമായി മാറുന്നു.

പക്ഷേ കൂടുതൽ കൂടുതൽ വസ്തുക്കൾ ആഗ്രഹിച്ച് ആ പന്നിപ്പാച്ചിലിന് കീഴടങ്ങുന്നത് എങ്ങനെ ഒഴിവാക്കാം.

കുറച്ച് കാലമായി ഞാൻ ചെയ്തുകൊണ്ടിരിക്കുന്നത് തടസ്സങ്ങൾ അഥവാ തടയണകൾ സൃഷ്ടിക്കുക എന്നാണ്. ജീവിതത്തിലേക്ക് കൂടുതൽ കാര്യങ്ങൾ കൂട്ടിച്ചേർക്കുന്നതിന് അല്ലെങ്കിൽ കൂടുതൽ പ്രലോഭനങ്ങളിലേയ്ക്ക് വീഴുന്നതിന് പകരം അനാവശ്യമായതിനെ ഇല്ലാതാക്കി ഞാൻ എന്നെ സംരക്ഷിക്കാനുള്ള നടപടികൾ സ്വീകരിക്കുന്നു.

നിങ്ങൾക്കാവശ്യമില്ലാത്ത ഒരു മലയോളം കാര്യങ്ങൾ ഉപേക്ഷിച്ചാൽ ചിലപ്പോൾ അതിന്റെ നടുവിലായി നിങ്ങൾക്കൊരു വജ്രം കണ്ടെത്താനായേക്കും.

ഡിജിറ്റലായുള്ള ലാളിത്യം നേടാൻ സൃഷ്ടിക്കേണ്ട തടസ്സങ്ങൾ

- ആഴ്ചയിൽ ഇലക്ട്രോണിക് ഉപയോഗമില്ലാത്ത ഒരു ദിനം സൃഷ്ടിക്കുക. ഉദാഹരണത്തിന് ഞായറാഴ്ച, അന്ന് നിങ്ങൾ ഒരു ഇലക്ട്രോണിക് ഉപകരണവും ഉപയോഗിക്കാൻ പാടില്ല.
- നിങ്ങളുടെ സ്മാർട്ട് ഫോണിന്റെ എല്ലാ നോട്ടിഫിക്കേഷനുകളും, നിങ്ങളുടെ പ്രിയപ്പെട്ടവരുമായി ബന്ധപ്പെടാൻ സഹായിക്കുന്നവ ഒഴിച്ച് – പ്രവർത്തനരഹിതമാക്കുക.
- നിങ്ങളുടെ സ്മാർട്ട് ഫോണിൽ അനന്തമായി സ്ക്രോൾ ചെയ്യാൻ സാധിക്കുന്ന ആപ്പുകൾ ഒഴിവാക്കുക. അതായത് ഫെയിസ്ബുക്ക് പോലുള്ളവ.

വിവരങ്ങളുടെ ലാളിത്യം നേടാൻ സൃഷ്ടിക്കേണ്ട തടസ്സങ്ങൾ

- വാർത്താ ബുള്ളറ്റിനുകൾ നിങ്ങളുടെ ജീവിതത്തിൽ നിന്ന് ഒഴിവാക്കുക അല്ലെങ്കിൽ അവയെ ഗണ്യമായി പരിമിതപ്പെടുത്തുക. നമുക്ക് സ്വാസ്ഥ്യം നല്കാത്ത ഭക്ഷണം കഴിക്കാൻ നാം ആഗ്രഹിക്കാത്തതുപോലെ നമ്മുടെ മനസ്സിന് നല്കുന്ന ആഹാരത്തിന്റെ കാര്യത്തിലും നാം ശ്രദ്ധാലുക്കളാകണം.
- ചവറുകളുടെ ഗണത്തിൽ പെടുന്ന വിനോദങ്ങൾ ഒഴിവാ

ക്കുക. സീരിയലുകളും സിനിമകളും പുസ്തകങ്ങളുമെല്ലാം വിവേകപൂർവ്വം തിരഞ്ഞെടുക്കുക. വീഡിയോ ഗെയിമുകൾ അമിതമാകരുത്. നിങ്ങളുടെ മനസ്സ് ആഹരിക്കുന്നതിന്, നിങ്ങളുടെ വ്യക്തിത്വത്തെ തന്നെ മാറ്റാനുള്ള ശക്തിയുണ്ട്.

നിങ്ങളുടെ ഭക്ഷണക്രമത്തിൽ ലാളിത്യം നേടാൻ സഹായിക്കുന്ന തടസ്സങ്ങൾ

- ആധുനിക ഭക്ഷണക്രമീകരണത്തിന്റെ അനന്തവും സങ്കീർണ്ണവുമായ നിയമാവലികളിൽ കുടുങ്ങിപ്പോകുന്നതിന് പകരം. എന്ത് തന്നെ കഴിച്ചാലും അതിന്റെ അളവിൽ ക്രമീകരണം നടത്തുക. മിതമായ അളവിൽ മാത്രം ഭക്ഷിക്കുക. അതിൽ ഞാൻ *ഹാരാ ഹാച്ചി ബു* തത്ത്വങ്ങളാണ് പിൻതുടരാറുള്ളത്. അതായത് നിങ്ങളുടെ വയറിന്റെ മുക്കാൽ ഭാഗം നിറയുമ്പോൾ ഭക്ഷണം നിറുത്തുക.
- ഇടയ്ക്കിടയ്ക്കുള്ള ഉപവാസം അനുശീലിയ്ക്കുക. ഉദാഹരണത്തിന് നിങ്ങൾ രാവിലെ പത്തിനും വൈകുന്നേരം ഒമ്പതിനുമിടയിൽ മാത്രം ഭക്ഷിക്കുക. അല്ലാത്ത സമയത്ത് ഒന്നും കഴിയ്ക്കരുത്. അല്ലെങ്കിൽ കുറച്ചുകൂടെ ധൈര്യമുണ്ടെങ്കിൽ ഈ സമയക്രമം ഒന്നുകൂടി ചുരുക്കി അത് പന്ത്രണ്ടിനും ഏഴിനും ഇടയ്ക്കാക്കുക. അതിന് മുമ്പും പിമ്പും കഴിയ്ക്കാതിരിക്കുക.

സാമൂഹികമായ ലാളിത്യം കൈവരിയ്ക്കാൻ നിങ്ങളെ സഹായിക്കുന്ന തടസ്സങ്ങൾ

- പ്രയോജനകരമല്ലാത്ത ബന്ധങ്ങൾ ഉപേക്ഷിക്കുക. നിങ്ങൾ നൂറ് ശതമാനം വിശ്വസിക്കുന്നവരുടെ കൂടെ മാത്രം ചുറ്റിത്തിരിയുക – ഇത് യഥാർത്ഥ സൗഹൃദത്തിന്റെ അടയാളമാണ്.
- ജിം റോത്ത് പറഞ്ഞതുപോലെ നിങ്ങളുടെ കൂടെ എപ്പോഴുമുണ്ടാകുന്ന അഞ്ച് വ്യക്തികളുടെ സ്വഭാവത്തിന്റെ ആകെ ശരാശരിയാണ് നിങ്ങൾ. അതായത് നിങ്ങളുടെ

ബന്ധങ്ങളിലൂടെ നിങ്ങൾ ആരായിത്തീരണമെന്ന് നിങ്ങൾ തീരുമാനിക്കുന്നു.

- കുറച്ച് സംസാരിക്കുക മറ്റുള്ളവരെ ശ്രദ്ധാപൂർവ്വം കേൾക്കുക.

ലളിതമായ വ്യായാമം കൈവരിയ്ക്കാൻ നിങ്ങളെ സഹായിക്കുന്ന തടസ്സങ്ങൾ

- നിങ്ങളെ ആരോഗ്യം നിലനിർത്താൻ സഹായിക്കുന്ന അഞ്ച് വ്യായാമ മുറകൾ തിരഞ്ഞെടുക്കുക. അവ ഒന്നിനു പിറകെ ഒന്നായി ദിനവും ഇരുപത് മിനിറ്റ് പരിശീലിക്കുക. ഡസ്സൻ കണക്കിന് വ്യത്യസ്തമായ രീതിവിധാനം അടങ്ങുന്ന സങ്കീർണ്ണമായ വ്യായാമ മുറകൾ പരിശീലിച്ച് സ്വയം ആശയക്കുഴപ്പമുണ്ടാക്കരുത്. ചെയ്യുന്ന വ്യായാമത്തിൽ സ്ഥിരത പുലർത്തുക എന്നതാണ് കാര്യം.
- നിങ്ങൾ കുറച്ചുകൂടി ചിട്ടയായ പരിശീലനമാണ് ആഗ്രഹിക്കുന്നതെങ്കിൽ റേഡിയോ ടൈയിസോ മുറ പരീക്ഷിക്കാവുന്നതാണ്. ദശലക്ഷക്കണക്കിന് ജപ്പാൻകാർ എന്നും രാവിലെ അവരുടെ ശരീരത്തിന്റെ സ്വാസ്ഥ്യം നിലനിർത്താൻ ഉപയോഗിക്കുന്നതാണിത്.

നിങ്ങളുടെ കലണ്ടറിൽ ലാളിത്യം നിലനിർത്താൻ സഹായിക്കുന്ന തടസ്സങ്ങൾ

- നിങ്ങളുടെ കലണ്ടറിലെ രണ്ടാഴ്ചകൾ ഇപ്പോൾ തന്നെ പ്രത്യേകിച്ച് ഒരു പദ്ധതിയും ആവിഷ്കരിക്കാതെ മാറ്റിവയ്ക്കുക. ആ രണ്ടാഴ്ചകൾ വന്നുചേരുമ്പോൾ ഓരോ ദിവസവും രാവിലെ എഴുന്നേറ്റതിന് ശേഷം മാത്രം അന്നെന്താണ് ചെയ്യേണ്ടതെന്ന് തീരുമാനിക്കുകയും അത് ആസ്വദിക്കുകയും ചെയ്യുക.
- ആ അവധി ദിനങ്ങൾക്കായി കാത്തിരിക്കുമ്പോൾ ദിവസ

ത്തിൽ ഒരു മണിക്കൂറെങ്കിലും നിങ്ങൾക്കായി മാറ്റി വയ്ക്കുക. ആ ഒരു മണിക്കൂർ എന്തിനാണ് നിങ്ങൾ വിനിയോഗിക്കാൻ പോകുന്നതെന്ന് പ്രത്യേകമായി ഒരു തീരുമാനവും എടുക്കാതിരിക്കുക.

യാത്രകളിൽ ലാളിത്യം നേടാൻ നിങ്ങളെ സഹായിക്കുന്ന തടസ്സങ്ങൾ

- അവധിക്കാലം ആഘോഷിക്കാൻ സമയമാകുമ്പോൾ യാത്രയ്ക്കുള്ള ഒരു സ്ഥലവും തീയതിയും തീരുമാനിക്കുക. യാത്രയ്ക്കും താമസത്തിനും മാത്രമുള്ള ടിക്കറ്റുകൾ ബുക്കു ചെയ്യുക. ബാക്കി ആ സ്ഥലത്ത് കറങ്ങി നടക്കുമ്പോൾ നിങ്ങൾ ക്രമേണ കണ്ടെത്തുന്ന കാര്യങ്ങൾക്കനുസൃതമായി നിങ്ങളുടെ സഹജാവബോധത്തിന് വിട്ടുകൊടുക്കുക.
- ട്രാവൽ ഏജൻസിക്കാരുടെ ഷെഡ്യൂളുകൾ നിങ്ങളുടെ ജോലിദിവസങ്ങളെക്കാൾ കൂടുതൽ സമ്മർദ്ദത്തിൽ നിങ്ങളെ പെടുത്താൻ അനുവദിക്കാതിരിക്കുക.

വസ്തുക്കളിൽ ലാളിത്യം കൈവരിയ്ക്കാൻ നിങ്ങളെ സഹായിക്കുന്ന തടസ്സങ്ങൾ

- അടുത്ത മൂന്ന് മാസത്തേയ്ക്ക് പുതുതായി ഒന്നും തന്നെ വാങ്ങരുത് (തീർച്ചയായും ഭക്ഷണം വാങ്ങാം കേട്ടോ).
- വീട്ടിൽ വർഷങ്ങളായി നിങ്ങൾ ഉപയോഗിക്കാതെ കിടക്കുന്ന വസ്തുക്കൾ ഏതെല്ലാമാണെന്ന് തിരഞ്ഞെടുക്കാനായി രണ്ട് ദിവസം മാറ്റി വെയ്ക്കുക. അവ ഒരു പെട്ടിയിലിടുക, അത് വില്ക്കുകയോ ആർക്കെങ്കിലും നല്കുകയോ ചെയ്യുക.
- നിങ്ങൾ കുറച്ച് കാലമായി ഉപയോഗിക്കാതെ കിടക്കുന്ന അവശ്യവസ്തുക്കൾ നന്നാക്കിയെടുക്കുക.

സാമ്പത്തിക കാര്യങ്ങളിൽ ലാളിത്യം നേടാൻ നിങ്ങളെ സഹായിക്കുന്ന തടസ്സങ്ങൾ

- നിങ്ങൾക്ക് മനസ്സിലാക്കുവാൻ സാധിക്കാത്ത വിധം സങ്കീർണ്ണമായ സാമ്പത്തിക ഉപകരണങ്ങൾ ഉപയോഗിച്ച് നിങ്ങളെ സമീപിച്ച് വശത്താക്കാൻ ശ്രമിക്കുന്ന ബാങ്കുകളിൽ നിന്നോ മറ്റ് ധനകാര്യസ്ഥാപനങ്ങളിൽ നിന്നോ അകലം പാലിക്കുക.
- നിങ്ങളുടെ ദൈനംദിന ചിലവുകൾ ചുരുക്കുക. കാരണം ആ ചിലവുകൾ നിങ്ങളുടെ വാർഷിക ബജറ്റിൽ ഉണ്ടാക്കുന്ന പ്രത്യാഘാതം വലുതാണ്.

ഞാൻ ഇവിടെ പ്രതിപാദിച്ച എല്ലാ തടസ്സങ്ങളും ഒന്നിച്ച് നടപ്പാക്കാൻ ശ്രമിക്കരുത്. കാരണം അത് സമ്മർദ്ദമുണ്ടാക്കുകയും നമ്മുടെ ഉദ്ദേശ്യത്തിന് കടകവിരുദ്ധമായിത്തീരുകയും ചെയ്യും. നിങ്ങളുടെ ജീവിതത്തിൽ ലാളിത്യം കൊണ്ടുവരുവാൻ പാകത്തിന് ക്രമേണ മുന്നോട്ട് പോകുക.

ഇതിൽ ചിലത് നിങ്ങൾ പ്രായോഗികമാക്കാൻ ആരംഭിച്ചാൽ തന്നെ വലിയ മാറ്റം വരുന്നത് നിങ്ങൾക്ക് കാണാൻ സാധിക്കും. നിങ്ങൾക്ക് അവയുമായി പൊരുത്തപ്പെടുകയും ജീവിതത്തിലെ ബഹളങ്ങൾ കുറയ്ക്കുന്നതിനായി നിങ്ങളുടേതായ തടസ്സങ്ങൾ സൃഷ്ടിക്കാവുന്നതാണ്.

ധ്യാന വെളിവുകൾ

ഞാൻ കടലിന് അഭിമുഖമായി ഒരു പാറയിൽ ഇരിക്കുന്നു.
കാറ്റ് എന്റെ കവിളിൽ തലോടി
രഹസ്യഭാഷയിൽ എന്നോട് സംസാരിച്ചു.
അതെന്താണെന്ന് എനിക്ക് സ്വയമേവ
മനസ്സിലാകുന്നു. ഞാൻ ഒന്ന് നിശ്വസിച്ചു
എനിക്ക് കൂടുതലൊന്നും വേണ്ടായെന്ന്
ഒടുവിൽ തിരിച്ചറിയുന്നു.

വാബി സാബി ആത്മീയത

"സന്തോഷം നിങ്ങളുടെ സ്വഭാവമാണ്,
അത് ആഗ്രഹിക്കുന്നതിൽ തെറ്റില്ല.
അത് നമ്മുടെ ഉള്ളിലായിരിക്കുമ്പോൾ തന്നെ
പുറത്ത് തേടുന്നതാണ് തെറ്റ്."

—ശ്രീ രമണ മഹർഷി

നമ്മുടെ ദൈനംദിന ജീവിതത്തിലെ അപൂർണ്ണതയുടെ സൗന്ദര്യത്തെ അംഗീകരിക്കുന്നത് കലയിലും, സർഗ്ഗാത്മകതയിലും നമ്മുടെ സ്വഭാവത്തിലുമുള്ള നമ്മുടെ കാഴ്ചപ്പാടിനെ മാറ്റുന്നതിലുമപ്പുറത്തുള്ള പ്രത്യാഘാതങ്ങളുണ്ടാക്കുന്ന ഒന്നാണ്.

വാബി സാബിയുടെ സത്തയെ മനസ്സിലാക്കുന്നത് അകമേയ്ക്കും പുറമേയ്ക്കും മറ്റൊരു രീതിയിൽ ജീവിതത്തെ അഭിമുഖീകരിക്കാൻ നമ്മെ പഠിപ്പിക്കുന്നു. നമ്മുടെ അഹന്തയെ ഇല്ലാതാക്കി നമുക്ക് ചുറ്റുമുള്ള ലോകത്തിലേയ്ക്കും നമ്മളിലേയ്ക്കും ആഴത്തിൽ നോക്കാൻ നമ്മെ സഹായിക്കുന്ന ഒരു തത്ത്വശാസ്ത്രവും ജീവിതരീതിയുമാണത്.

പ്രകൃതിയിൽ സ്പന്ദിക്കുന്ന ഈ ആത്മീയതയെ ഉൾക്കൊള്ളുക എന്നതിനർത്ഥം ഒരു ആത്മീയ പരിണാമത്തിന് വിധേയനാകുക എന്നതാണ്. അവിടെ നമ്മുടെ ധാരണകളുടെ മരണമാണ് സംഭവിക്കുന്നത്. അപ്പോൾ നിങ്ങൾ മറ്റൊരു ബോധത്തിനുള്ളിൽ പുനർജനിക്കുന്നു.

നിങ്ങൾ ഉടൻ മരിക്കുമെന്ന് ഞാൻ പ്രതീക്ഷിക്കുന്നു

മനുഷ്യന്റെ ആത്മാവിന്റെ ഏകത്വത്തെക്കുറിച്ച് പരാമർശിക്കുന്ന ഹൈന്ദവ സിദ്ധാന്തമായ അദ്വൈതത്തിന്റെ ആധുനിക രൂപം ലണ്ടൻ പോലെ ഭൗതീകതയെ പുല്കിനിൽക്കുന്ന നഗരത്തിൽ എങ്ങനെ വികസിച്ചു എന്നതിനെക്കുറിച്ച് അറിയുന്നത് രസകരമായിരിക്കും.

ബ്രിട്ടീഷ് പത്രപ്രവർത്തകനായ ടോണി പാർസൺസ് *ആസ് ഇറ്റ് ഈസ്* എന്ന തന്റെ പുസ്തകത്തിൽ ഒരു വെറുതെയുള്ള നടത്തത്തിനിടയിൽ തനിക്ക് ആത്മാനുഭൂതിയുണ്ടായത് എങ്ങനെയെന്ന് വിവരിക്കുന്നുണ്ട് :

ഒരു ദിവസം ലണ്ടൻ നഗരപ്രാന്തത്തിലെ ഒരു പാർക്കിൽ നടന്നുകൊണ്ടിരിക്കുമ്പോൾ എന്റെ മനസ്സ് ഭാവിയിൽ നടക്കാൻ പോകുന്നതോ നടക്കാതിരിക്കാവുന്നതോ ആയ വിഷയങ്ങളെക്കുറിച്ചുള്ള ചിന്തകളാൽ വ്യാപൃതമാണെന്നത് ഞാൻ കണ്ടു. ഈ സങ്കൽപ്പങ്ങളെല്ലാം ഉപേക്ഷിച്ച് വെറുതെ നടക്കാൻ ഞാൻ തീരുമാനിച്ചു. അപ്പോൾ പിന്നീട് വെയ്ക്കുന്ന ഓരോ ചുവടുകളും സമാനതകളില്ലാത്തതാണെന്ന് ഞാൻ തിരിച്ചറിഞ്ഞു. നടക്കുന്നതിന് നാം കാലുകളിലേയ്ക്ക് നല്കുന്ന സമ്മർദ്ദം പോലും അത് ഒരു നിമിഷത്തിലുണ്ട് അടുത്ത നിമിഷത്തിലില്ല. അത് ഒരിക്കൽ പോലും ആവർത്തിച്ചിരുന്നില്ല.

ഇതെല്ലാം നടന്നുകൊണ്ടിരിക്കുമ്പോൾ നടക്കുക എന്ന പ്രക്രിയ മാത്രം ചെയ്തുകൊണ്ടിരിക്കുന്ന എന്നെത്തന്നെ കണ്ടുകൊണ്ടിരുന്ന എന്നിൽ ഒരു പരിണാമമുണ്ടായി. അപ്പോൾ സംഭവിച്ചത് വാക്കുകൾക്ക് അതീതമാണ്. അതിനെക്കുറിച്ച് എനിക്ക് വളരെ സ്പഷ്ടമായി പറയാൻ സാധിക്കില്ല, പരമമായ നിശ്ചലത അവിടെ സംജാതമായി. ആ നിശ്ചലത എല്ലാ വസ്തുക്കളിലേയ്ക്കും കടന്നുചെന്നു. എല്ലാം കാലാതീതമായി മാറി, ഞാൻ അവിടെ ഇല്ലാതായി. ഞാൻ എന്നത് അപ്രത്യക്ഷമായി. അതായത് അനുഭവിയ്ക്കുന്ന വ്യക്തി അവിടെ ഇല്ലാതായി.

ഈ അനുഭവത്തിന് ശേഷം ടോണി പാർസൺസ് ലണ്ടന്റെ സമീപ്രദേശമായ ഹാംപ്സ്റ്റീഡിൽ എല്ലാ ശനിയാഴ്ച വൈകുന്നേരവും അദ്വൈതത്തെക്കുറിച്ചുള്ള സംവാദം പ്രോത്സാഹിപ്പിക്കാൻ തുടങ്ങി.

അദ്ദേഹത്തിന്റെ അനുയായികളിലൊരാളാണ് റിച്ചാർഡ് സിൽവെസ്റ്റർ, ടോണി പാരിസണുമൊത്തുള്ള നടത്തത്തിനിടയിൽ, മിക്കവാറും ആ നടത്തം അടുത്തുള്ള പബ്ബിലാണ് അവസാനിക്കാറ്, അദ്ദേഹം പറഞ്ഞ ഏതോ ഒരു വസ്തുതയിൽ നിന്നാണ് സിൽവെസ്റ്റർ തന്റെ ആത്മീയ യാത്ര ആരംഭിച്ചത്. തനിക്കുണ്ടായ അനുഭവത്തെക്കുറിച്ച് സിൽവെസ്റ്റർ വിവരിക്കുന്നതിങ്ങനെയാണ് :

ഒരു കാലത്ത് ഞാൻ വളരെ തിരക്കുപിടിച്ച ആത്മീയ അന്വേഷകനായിരുന്നു. എന്നും വളരെ ആകാംഷയോടെ ധ്യാനിക്കും, എന്റെ കർമ്മങ്ങളിൽ വളരെ ശ്രദ്ധപുലർത്തും, ശരീരത്തിലെ ഷഡ്ചക്രങ്ങൾ തുറന്ന് ശുദ്ധിയാക്കി ഗുരുക്കന്മാരുടെ അനുഗ്രഹത്താൽ അവരുടെ ശക്തിപാതം സ്വീകരിക്കും, ഞാൻ എവിടേയ്ക്കോ സഞ്ചരിയ്ക്കുകയാണ് എന്നാണ് ഞാൻ കരുതിയിരുന്നത്. അപ്പോഴാണ് ആ അപകടമുണ്ടായത്. ഞാൻ ടോണി പാർസൺസിനെ കണ്ടുമുട്ടി. എന്റെ ജീവിതമെന്ന് ഞാൻ കരുതിയിരുന്നതിന്റെ അന്ത്യവും ഉടൻ സംഭവിച്ചു. ഒരിക്കൽ അദ്ദേഹവുമായുള്ള കൂടിക്കാഴ്ചയ്ക്കൊടുവിൽ അദ്ദേഹം എന്നെ ആലിംഗനം ചെയ്തുകൊണ്ട് പറഞ്ഞു, "നിങ്ങൾ ഉടൻ മരിക്കുമെന്ന് ഞാൻ പ്രതീക്ഷിക്കുന്നു."

തന്റെ പുസ്തകത്തിന്റെ ശീർഷകത്തിനായി ആ വാചകം തന്നെയാണ് സിൽവെസ്റ്റർ പിന്നീട് ഉപയോഗിച്ചത്. അതിൽ അദ്ദേഹം ആത്മീയമായ സ്വാതന്ത്ര്യം ഒരു നേട്ടമല്ല മറിച്ച് നഷ്ടമാണെന്ന് വിശദീകരിക്കുന്നു. നിങ്ങളാണ് എല്ലാം നിയന്ത്രിക്കുന്നതെന്നും, ചുറ്റുമുള്ള ജീവിതത്തിൽ നിന്ന് നിങ്ങൾ വേറിട്ട് നിൽക്കുന്നുവെന്നും ചിന്തിക്കുന്നത് അവസാനിപ്പിക്കുക :

ഒരു വേർതിരിവുമില്ലെന്ന് കാണുമ്പോൾ ഓരോ വ്യക്തിയും അവരോടൊപ്പം വഹിയ്ക്കുന്ന ഭയവും ദുർബ്ബലതയും അപ്രത്യക്ഷമാകും. അപ്പോൾ ജീവിതം ലളിതമായി ജീവിയ്ക്കപ്പെടുന്നു. ഒരുവൻ പൂർണ്ണമായും സ്വാസ്ഥ്യത്തിലാകുന്നു. എന്ത് തന്നെ സംഭവിച്ചാലും അതിൽ സംതൃപ്തിയുണ്ടാവുന്നു. എന്തായിത്തീരും എന്ന ആകാംഷ അസ്തമിക്കുന്നു.

ആധുനിക അദ്വൈതികളെപ്പോലെ വാബി സാബിയുടെ ഗഹനമായ അർത്ഥത്തെ ഗ്രഹിച്ചാൽ അത് പൂർണ്ണതയ്ക്കായുള്ള നമ്മുടെ വാഞ്ചയെ ഉപേക്ഷിക്കാൻ നമ്മെ സഹായിക്കുന്നു. ജീവിതത്തെക്കുറിച്ചുള്ള സുനിശ്ചിതത്ത്വങ്ങളെലാം നാം ഉപേക്ഷിക്കുന്നു. എന്നാൽ അദ്വൈതത്തിൽ നിന്ന് വിപരീതമായി അതിൽ ഒരു നിരീക്ഷകനുണ്ട്. ആഘോഷിക്കുവാനായി മൂന്ന് കാരണങ്ങളുള്ള ഒരു നിരീക്ഷകൻ :

1. കുറവുകളുള്ളവയുടെ നിത്യവുമുള്ള ആഘോഷം

കാര്യങ്ങൾ ഒരു നിശ്ചിതമായ വഴിയിൽ മാത്രമേ നടക്കാവൂ എന്ന നമ്മുടെ സങ്കല്പത്തെ നാം ഉപേക്ഷിക്കുന്നു. പ്രകൃതിയിലുള്ള എല്ലാം തന്നെ, ക്രമരഹിതവും വക്രവുമാണെങ്കിൽ മനുഷ്യന്റെ അവസ്ഥകളും അതുപോലെ തന്നെയാണ്. അതിനർത്ഥം അവയെ അനുനയിപ്പിക്കുകയോ സാദൃശ്യപ്പെടുത്തുകയോ ചെയ്യണമെന്നല്ല, അവയെ അതായിത്തന്നെ സ്നേഹിക്കുകയും ആ ബിന്ദുവിൽ നിന്ന് വികസിക്കുകയുമാണ് വേണ്ടത്.

ഈ സമീപനത്തിന് നന്ദി. ഇതിൽ നിന്ന് നമ്മൾ മനസ്സിലാക്കേണ്ട മൂല്യങ്ങൾ...

- കാര്യങ്ങൾ ആദ്യത്തെ തവണ ശരിയായിക്കൊള്ളണമെന്നില്ല. കാരണം അത് നമുക്ക് പഠനത്തിനും വികാസത്തിനുമുള്ള ഒരു അവസരം നല്കുന്നു.
- ഈ ലോകത്തിലേയ്ക്ക് നമ്മെ ഉണർത്തുന്ന സൗന്ദര്യം കണ്ടെത്തേണ്ടത് വിചിത്രവും കുറവുകളുള്ളതും അനന്യവുമായതിലാണ്.

- നമ്മുടെ വളർച്ചയുടെ പ്രാരംഭ ഘട്ടമെന്ന നിലയിൽ നമ്മുടെ കുറവുകളെ സ്നേഹിക്കാൻ പഠിക്കുന്നത് മറ്റുള്ളവരുടെ കുറവുകളെയും സ്നേഹിക്കാൻ നമ്മെ പ്രാപ്തരാക്കുന്നു.
- പൊട്ടിയതോ ചളുങ്ങിയതോ ആയ ഒരു കപ്പിന് മനോഹരമായ കഥകൾ പറയാനുണ്ടാകും – അനുഭവങ്ങളുള്ള ആളുകളും അതുപോലെയാണ്.
- നമ്മൾ കുറവുകളുള്ള ലോകത്തിലെ കുറവുകളുള്ള മനുഷ്യരാണ്. എന്നാൽ അതിലെ സൗന്ദര്യത്തെ എങ്ങനെയാണ് വിലമതിക്കേണ്ടത് എന്ന് നമുക്കറിയാം. ജീവിതത്തിലെ ഓരോ വിള്ളലിനും അസമത്ത്വത്തിനും നമ്മൾ മൂല്യം കണ്ടെത്തുക തന്നെ ചെയ്യും.

2. അപൂർണ്ണതയുടെ നിത്യവുമുള്ള ആഘോഷം

നാം കുറവുകളുള്ളവരായതുകൊണ്ടല്ല, അപൂർണ്ണരായിരിക്കുന്നത് നാം എപ്പോഴും വളർന്നുകൊണ്ടിരിക്കുന്നതിനാലാണ്. വലിയ സാഹിത്യകാരന്മാരെല്ലാം അവരുടെ കൃതികൾ പൂർത്തിയാക്കുന്നില്ല എന്ന് പറയപ്പെടുന്നു. അവർ അത് പൂർത്തിയാക്കാതെ മറ്റൊരു സൃഷ്ടിയാരംഭിക്കുവാനായി ഇതിനെ ഉപേക്ഷിക്കുകയാണ് ചെയ്യുന്നത്. എന്നാൽ ഇതും അവർ പൂർത്തീകരിക്കുന്നില്ല. ഈ *എൻസോ* വൃത്തം ഒരിക്കലും അടയുന്നില്ല. നമ്മൾ ഈ ലോകത്ത് വന്നത് ഒന്നും പൂർത്തീകരിക്കാനല്ല. പക്ഷേ വെറുതെ ജീവിക്കാനാണ്.

ജീവിതത്തിന്റെ അപൂർണ്ണതയ്ക്ക് നന്ദി. ഞങ്ങൾ അതിനെ വിലമതിക്കുന്നു...

- ജീവിതം ഒരു തുടർച്ചയാണ്. നമ്മളുടെ ഇപ്പോഴുള്ള അനുഭവങ്ങൾ നമുക്ക് ഇഷ്ടപ്പെട്ടിട്ടില്ലെങ്കിൽ, നമ്മൾ ചെയ്ത കാര്യങ്ങളെക്കുറിച്ച് നമുക്ക് നിരാശ തോന്നുന്നുവെങ്കിൽ നിങ്ങൾക്ക് കുറേക്കൂടി നന്നായി ചെയ്യാൻ ഒരു അവസരം നമുക്ക് അപ്പോൾ തന്നെ ലഭിക്കും.

- അവസാനത്തെ അദ്ധ്യായം ഒരിക്കലും എഴുതപ്പെടുന്നില്ല. സത്യത്തിൽ ജീവിതം എപ്പോഴും പൂർത്തീകരിക്കപ്പെടാത്ത ഒരു കർമ്മമായതിനാൽ എല്ലാം വീണ്ടും ചെയ്യാനുള്ള അവസരമുണ്ട്.
- നമ്മൾ ഈ ലോകത്തിലേയ്ക്ക് വരുന്നത് ഈ പരീക്ഷ കളിലെല്ലാം വിജയിക്കുവാനാണ്, പക്ഷേ ജീവിതത്തിന്റെ സ്ക്കൂൾ ഒരിക്കലും അടയ്ക്കുന്നില്ല. ജീവിതം എന്നത് തുടർച്ച യായ പഠനപ്രക്രിയയാണ്. അതാണ് അതിനെ ആവേശ കരമാക്കുന്നതും അതിന് അർത്ഥം നല്കുന്നതും.
- നാം അപൂർണ്ണരാണെന്ന് അറിയുന്നത് ഒരു അനുഗ്രഹമാണ്. കാരണം അത് നമ്മെ വിനയാന്വിതരാക്കുന്നു. അതേ സമയം തന്നെ നമുക്ക് എവിടെ പുരോഗതി കൈവരിയ്ക്കാ നാകുമെന്ന് നമുക്ക് കാണിച്ചു തരുന്നു.

3. ക്ഷണികതയുടെ നിത്യവുമുള്ള ആഘോഷം

നാം വഴിയിലെ പറവകളാണെന്ന് തിരിച്ചറിയുവാൻ പാക ത്തിന് നിരവധി മരണങ്ങൾ കണ്ടു കഴിഞ്ഞവരാണ്. എന്നാൽ രവിന്ദ്രനാഥ ടാഗോർ പറഞ്ഞതുപോലെ, *"ഒരു പക്ഷേ ഞാൻ എന്റെ ചിറകിന്റെ ഒരു അടയാളവും വായുവിൽ അവശേഷിപ്പി ക്കുകയില്ല എന്നിരുന്നാലും പറന്നു എന്നതിൽ ഞാൻ സന്തുഷ്ട നാണ്."*

ക്ഷണികമായ കാര്യങ്ങളെക്കുറിച്ചുള്ള അവബോധത്തിന് നന്ദി. ഞങ്ങൾ അതിനെ വിലമതിക്കുന്നു...

- ഈ നമിഷം അവസാനത്തേതാകാം അതിനാൽ അത് കഴിയുന്നത്രയും തീവ്രതയോടെ ജീവിക്കുവനായി നമ്മുടെ ഹൃദയവും ആത്മാവും സമർപ്പിച്ചിരിക്കുന്നു.
- നമ്മോടൊപ്പമുള്ള ആളുകൾ എപ്പോഴും നമ്മോടൊപ്പ മുണ്ടായിരിക്കില്ല. നമ്മുടെ കാര്യവും അങ്ങനെ തന്നെ. അതിനാൽ ഒരോ നിമിഷവും അത് അനന്യമാണെന്ന മട്ടിൽ നാം ജീവിക്കേണ്ടിയിരിക്കുന്നു. *ഇച്ചിഗോ ഇച്ചി*

പഴഞ്ചൊല്ല് പറയുന്നതിങ്ങനെയാണ്, *"നാം ജീവിക്കുന്നതൊന്നും വീണ്ടും സംഭവിക്കുകയില്ല."*

- നമ്മുടെ സമയമാണ് നമ്മുടെ കയ്യിലുള്ള ഏറ്റവും അമൂല്യമായ വസ്തു. വരവിനെയും ചെലവിനെയും സംബന്ധിക്കുന്ന വിപണി നിയമം പറയുന്നത്, *"ക്ഷാമം മൂല്യത്തെ സൃഷ്ടിക്കുന്നു"* എന്നാണ്. ഒരു നിമിഷത്തെക്കാൾ കുറവുള്ളതായോ വിലപ്പെട്ടതായോ മറ്റൊന്നും തന്നെയില്ല. നിങ്ങൾ അതിനെ പാഴാക്കിയാൽ പിന്നെ ഒരിക്കലും അത് തിരികെ ലഭിക്കില്ല.

നമ്മൾ ക്ഷണികമാണ്. എന്നാൽ ആ നിമിഷത്തെ വിലമതിക്കാൻ നാം പഠിച്ചാൽ ആ നിമിഷത്തിന് എല്ലാ നിത്യതയും ഉൾക്കൊള്ളാൻ സാധിക്കും.

അനുബന്ധം

നിങ്ങൾക്ക് ആകാൻ സാധിക്കുന്നത്രയും ഏറ്റവും മികച്ച അപൂർണ്ണ വ്യക്തിയായിരിക്കുക

അപൂർണ്ണതയുടെ സൗന്ദര്യത്തിലൂടെയുള്ള ഈ ആന്തരിക യാത്രയുടെ അവസാന പേജ് എഴുതുമ്പോൾ അടുപ്പിന് അരികിലായി ഉറങ്ങുന്ന താമായെ ഞാൻ നിരീക്ഷിച്ചുകൊണ്ടിരിക്കുകയായിരുന്നു. മരത്തറയിൽ കിടക്കുന്ന ആ പൂച്ചയുടെ മഹനീയ സാന്നിദ്ധ്യം എന്നെ വല്ലാതെ ആകർഷിക്കുന്നുണ്ട്. എന്റെ ഈ ചങ്ങാതി അനശ്വരമായ വർത്തമാനത്തിലാണ് ജീവിക്കുന്നത്.

ജനലിന് പുറത്ത് സാവധാനം ഇലകൾ പൊഴിച്ചുകൊണ്ടിരിക്കുന്ന ശിശിരകാലത്തെ മരങ്ങൾ എന്റെ അസ്തിത്വത്തിന്റെ സ്മരണകളും ജീവിതത്തിന്റെ ക്ഷണികതയും മനോഹാരിതയും എന്നിൽ ഉണർത്തുന്നു.

എന്റെ പുതിയ ഹൈക്കു മേശമേലിരിക്കുന്നുണ്ട് :

ഞാൻ ഒരു ചുവട് വയ്ക്കുന്നു, പിന്നെ മറ്റൊരു ചുവട്,
അടുത്ത ചുവടിൽ എന്താണ് ഞാൻ കണ്ടെത്തുക?
എവിടെയാണ് ഇതിന്റെ അന്ത്യം കണ്ടെത്താനാകുക?

ഭാഗ്യവശാൽ നമ്മൾക്ക് അതറിയില്ല. എല്ലാം സാധ്യമാകും എന്നതാണ് അനിശ്ചിതത്ത്വത്തിന്റെ ഏറ്റവും നല്ല വശം. ഒന്നും നിങ്ങളുടെ നിയന്ത്രണത്തിലല്ല. ലോകം മാറുകയും പരിണമി

ക്കുകയും ചെയ്യുന്നത് നിഗൂഢമായ ഒരു തിരക്കഥയെ ആസ്പദമാക്കിയാണ് എന്ന വസ്തുത നിങ്ങൾ അംഗീകരിച്ചാൽ പിന്നെ വ്യാകുലതകളെല്ലാം അവസാനിക്കും. അപ്പോൾ നിങ്ങൾ ഈ സാഹസികതയെ ആസ്വദിക്കും.

നിങ്ങളുടെകുറവുകളെഅംഗീകരിക്കുന്നത്അതിലേയ്ക്ക്വഴുതിവീണ് ഉദാസീനനായിരിക്കാനുള്ള ഒരു ഒഴിവുകഴിവല്ല. *നമ്മൾ ഓരോ ദിനവും ഓരോ ചുവട് മുന്നോട്ട് വച്ച് നമുക്കാകാൻ സാധിക്കുന്ന ഏറ്റവും മികച്ച അപൂർണ്ണനായ വ്യക്തിയായി മാറണം.*

ഇവിടെ ജപ്പാനിൽ ഭൂകമ്പങ്ങളും, സുനാമികളും, കൊടുങ്കാറ്റുകളും മറ്റ് പ്രകൃതിക്ഷോഭങ്ങളും നമ്മളെ ഇടയ്ക്കിടെ ഒന്നും ശാശ്വതമല്ല എന്ന് ഓർമ്മിപ്പിച്ചുകൊണ്ടേയിരിക്കുന്നു. വാബി സാബിയുടെ കണ്ണാടിയിലൂടെ കാര്യങ്ങൾ നിരീക്ഷിച്ച് എല്ലാം ക്ഷണികവും വികലവും അപൂർണ്ണവുമാണെന്ന് അറിയുന്നത് നിങ്ങളെ ജീവിതത്തിന്റെ ചപലതകളെ സന്തോഷത്തോടെ സ്വീകരിക്കാനും നിങ്ങളുടെ പ്രതീക്ഷകൾക്കൊത്ത് കാര്യങ്ങൾ സംഭവിക്കാതിരിക്കുമ്പോഴുണ്ടാകുന്ന വേദനകളെ ലഘൂകരിക്കാനും സാധിക്കും.

നിങ്ങൾക്ക് ലഭിച്ച ജീവിതത്തിലെ മൂന്ന് കാര്യങ്ങളിൽ മാത്രമേ നിങ്ങൾക്ക് ഉറപ്പുള്ളൂ : ഒരു ശരീരം, ഒരു മനസ്സ് പിന്നെ ഭൂമിയിൽ ജീവിക്കാൻ ലഭിച്ച പരിമിതമായ സമയം. ഈ ചേരുവകൾ കൊണ്ട് ജീവിതത്തിന് ഏറ്റവും മികച്ച സൂത്രവാക്യങ്ങൾ സൃഷ്ടിക്കുക, അത് അനന്യവും നിങ്ങളുടേത് മാത്രവുമായിരിക്കും. മറ്റാർക്കുമത് ആസ്വദിക്കാനാവില്ല, നിങ്ങൾക്ക് മാത്രമേ സാധിക്കൂ.

അനിശ്ചിതത്വങ്ങൾക്കിടയിലും സന്തോഷമായിരിക്കാൻ സാഹസപ്പെടുക.

പ്രകൃതിയുടെ നിഗൂഢമായ താളത്തിനനുസൃതമായി നിങ്ങളുടെ ജീവിതത്തെ വഴക്കമുള്ളതാക്കി, പ്രതീക്ഷകളൊന്നുമില്ലാതെ ജീവിക്കാൻ ആരംഭിച്ചാൽ ഏറ്റവും മികച്ചത് ഇനി വരാനിരിക്കുന്നതേയുള്ളൂ.

—നബുവോ സുസുക്കി

നിതാന്ത് എൽ രാജ്

കോഴിക്കോട് ജനനം. ജേർണലിസത്തിൽ ബിരുദാനന്തര ബിരുദം. കേരള ഭാഷാ ഇൻസ്റ്റിറ്റ്യൂട്ട്, മാതൃഭൂമി ബുക്സ് എന്നിവിടങ്ങളിൽ സബ് എഡിറ്ററായിരുന്നു. കൃതികൾ : *സ്റ്റാർട്ട് ക്യാമറ ആക്ഷൻ* (കുട്ടികളുടെ നോവൽ). പരിഭാഷകൾ : *രമണാശ്രമത്തിൽ നിന്ന് കത്തുകൾ, ശലഭനൃത്തം, ആരോഗ്യ യോഗ, പപ്പാ രാംദാസിന്റെ കഥകൾ, ഇച്ചിഗോ ഇച്ചി, റഷ്യൻ ക്ലാസിക് കഥകൾ.*

അച്ഛൻ ദേവരാജ്, അമ്മ ലായി ദേവരാജ്, ഭാര്യ കവിതാ രാമൻ മകൾ ശിവാ.